Impressum
Verlag: BABADADA GmbH, Nedderfeld 112 , 22529 Hamburg
Geschäftsführer / Verlagsleitung: Harald Hof
Druck: Books on Demand GmbH, In de Tarpen 42, 22848 Norderstedt

Imprint
Publisher: BABADADA GmbH, Nedderfeld 112 , 22529 Hamburg, Germany
Managing Director / Publishing direction: Harald Hof
Print: Books on Demand GmbH, In de Tarpen 42, 22848 Norderstedt, Germany

trường học

škola

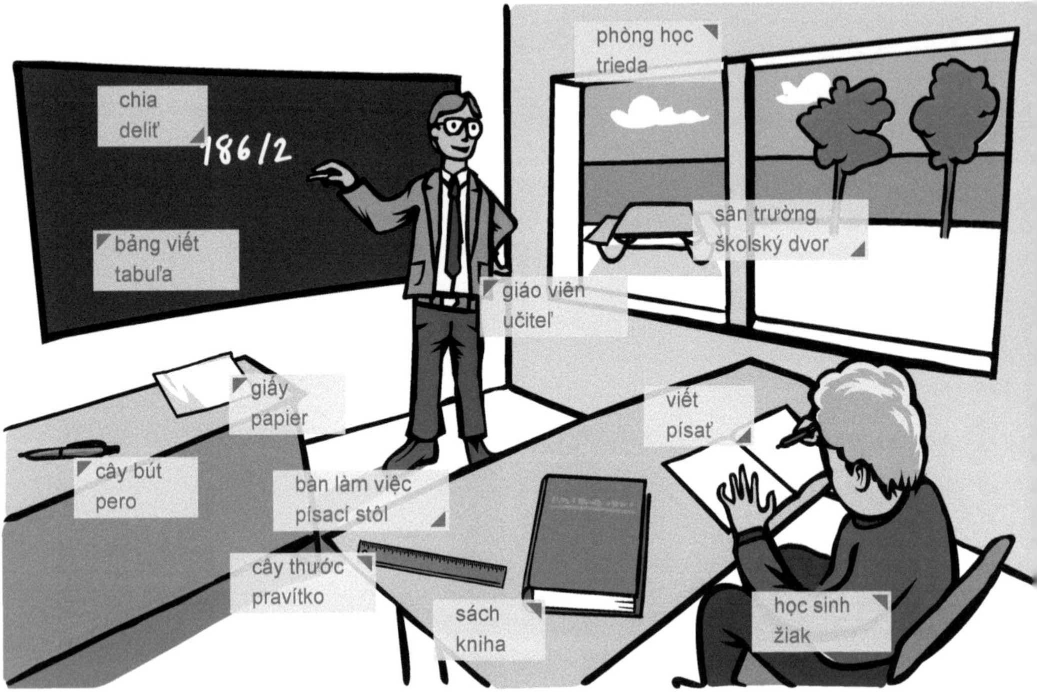

phòng học
trieda
chia
deliť
186/2
bảng viết
tabuľa
sân trường
školský dvor
giáo viên
učiteľ
giấy
papier
viết
písať
cây bút
pero
bàn làm việc
písací stôl
cây thước
pravítko
sách
kniha
học sinh
žiak

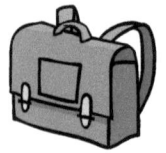

cặp đeo vai học sinh

školská taška

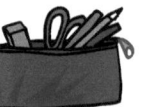

hộp đựng bút

peračník

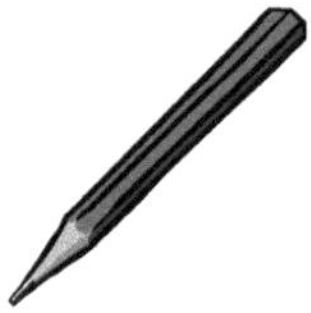

bút chì

ceruza

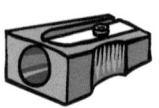

cái gọt bút chì

strúhadlo na ceruzky

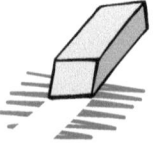

cục tẩy

guma

tập giấy vẽ

skicár

bản vẽ

kresba

cọ vẽ

štetec

hộp mực vẽ

vodové farby

cây kéo

nožnice

keo dán

lepidlo

sách bài tập

cvičný zošit

bài tập ở nhà

domáca úloha

số

číslo

cộng

sčítať

trừ

odčítať

nhân

násobiť

tính toán

počítať

chữ cái

písmeno

bảng chữ cái

abeceda

hello

từ

slovo

văn bản

text

đọc

čítať

phấn viết

krieda

bài học

hodina

sổ lớp

triedna kniha

thi kiểm tra

skúška

chứng chỉ

certifikát

đồng phục học sinh

školská uniforma

giáo dục

vzdelanie

từ điển bách khoa

encyklopédia

đại học

univerzita

kính hiển vi

mikroskop

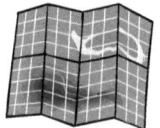

bản đồ

mapa

thùng rác giấy

kôš na papier

du lịch
cesta

khách sạn
hotel
Grand
nhà trọ
nocľaháreň
ROOMS
quầy đổi tiền
zmenáreň
CHANGE
va li
kufor
xe ô tô
auto

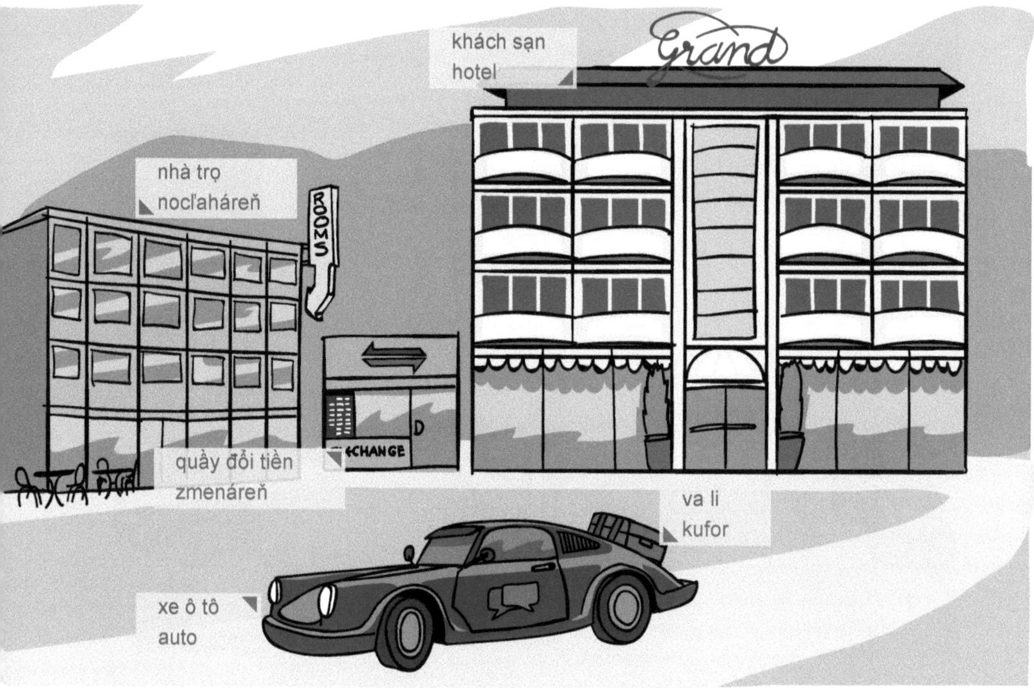

ngôn ngữ

jazyk

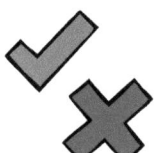

có / không

áno/nie

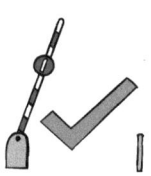

ô kê

v poriadku

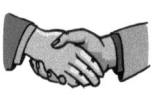

Xin chào

ahoj

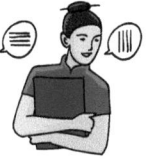

thông dịch viên

prekladateľ

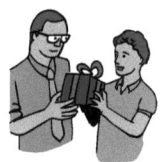

cám ơn

ďakujem

… bao nhiêu tiều?

Koľko stojí … ?

tôi không hiểu

Nerozumiem

vấn đề

problém

Xin chào! (buổi tối)

Dobrý večer!

xin chào! (buổi sáng)

Dobré ráno!

chúc ngủ ngon!

Dobrú noc!

tạm biệt

Dovidenia

hướng đi

smer

hành lý

batožina

túi xách

taška

túi ba lô

batoh

khách

hosť

phòng

izba

túi ngủ

spacák

lều

stan

thông tin du lịch

informácie pre turistov

bãi biển

pláž

thẻ tín dụng

kreditná karta

ăn sáng

raňajky

ăn trưa

obed

ăn tối

večera

vé xe

cestovný lístok

thang máy

výťah

tem bưu điện

poštová známka

biên giới

hranica

hải quan

clo

đại sứ quán

veľvyslanectvo

thị thực

vízum

hộ chiếu

cestovný pas

vận chuyển

doprava

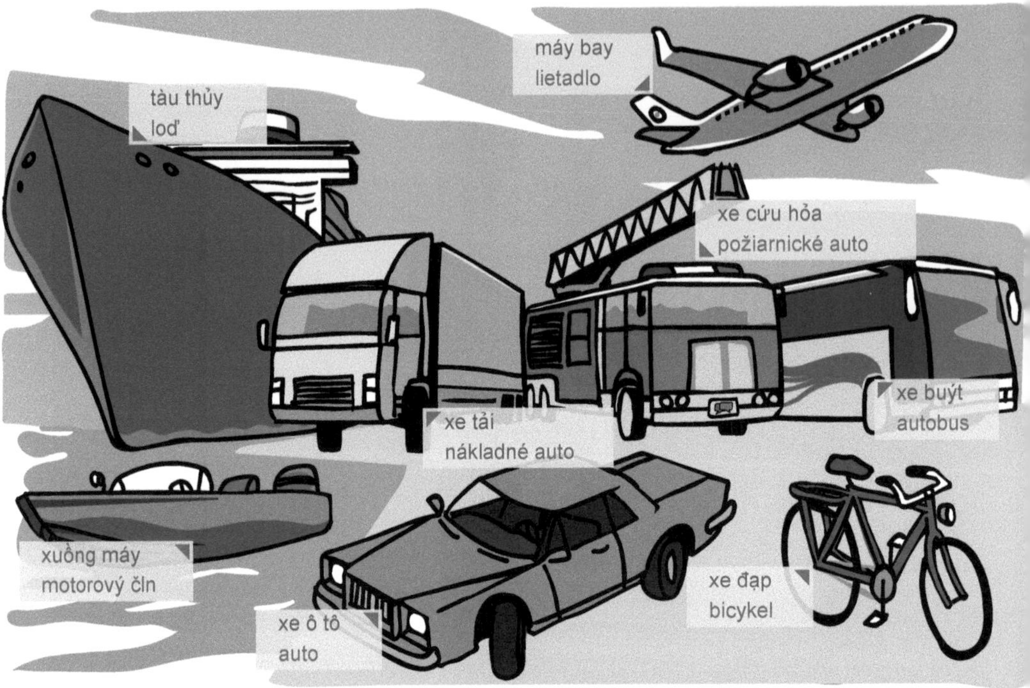
máy bay
lietadlo
tàu thủy
loď
xe cứu hỏa
požiarnické auto
xe buýt
autobus
xe tải
nákladné auto
xuồng máy
motorový čln
xe đạp
bicykel
xe ô tô
auto

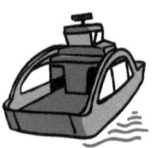

phà

trajekt

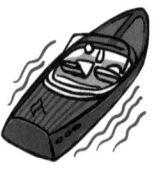

xuồng

loď

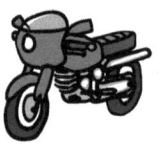

xe máy

motorka

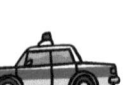

xe cảnh sát

policajné auto

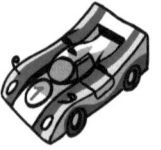

xe đua

pretekárske auto

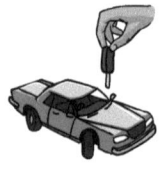

xe cho thuê

vozidlo z požičovne

dịch vụ thuê xe tự lái

carsharing

xe kéo cứu hộ

odťahové auto

xe rác

smetiarske auto

động cơ

motor

xăng

benzín

trạm xăng

čerpacia stanica

biển báo giao thông

dopravná značka

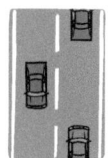

giao thông

premávka

ách tắc giao thông

zápcha

bãi đậu xe

parkovisko

nhà ga

vlaková stanica

đường ray

trate

xe lửa

vlak

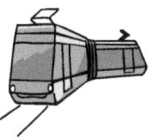

tàu điện

električka

toa xe

vagón

máy bay trực thăng

helikoptéra

sân bay

letisko

tháp

veža

hành khách

pasažier

côngtenơ

kontajner

thùng các-tông

kartón

xe đẩy

vozík

cái giỏ

kôš

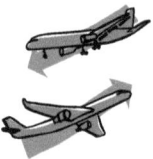

cất cánh / hạ cánh

štartovať / pristáť

thành phố

mesto

làng

dedina

trung tâm thành phố

centrum mesta

nhà

dom

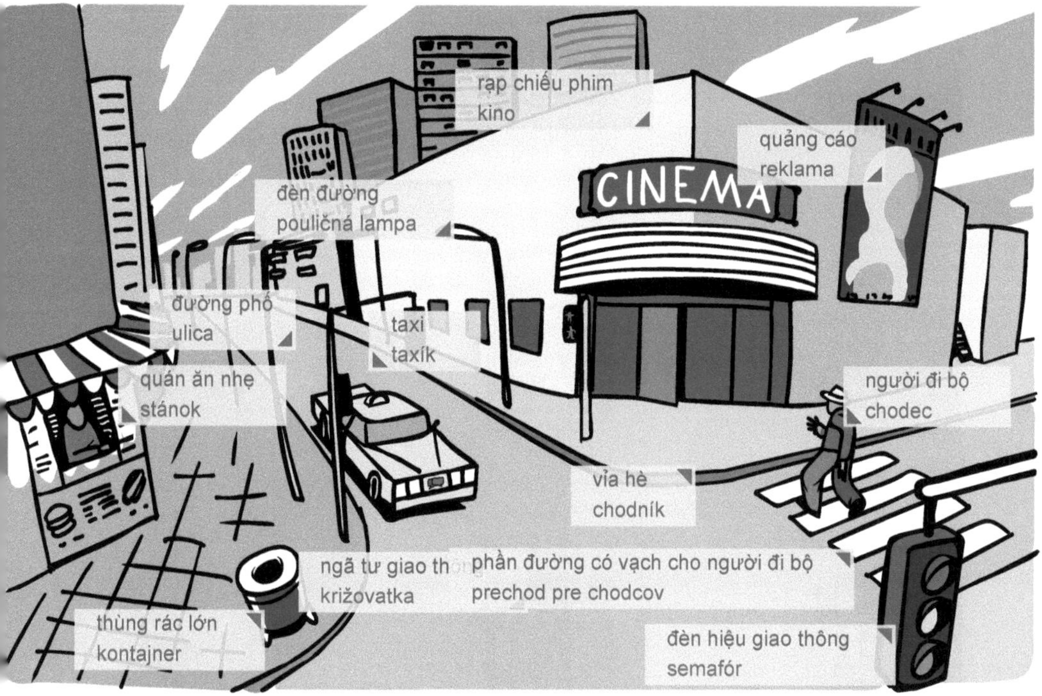

rạp chiếu phim
kino

quảng cáo
reklama

đèn đường
pouličná lampa

đường phố
ulica

taxi
taxík

quán ăn nhẹ
stánok

người đi bộ
chodec

CINEMA

vỉa hè
chodník

ngã tư giao th
križovatka

phần đường có vạch cho người đi bộ
prechod pre chodcov

thùng rác lớn
kontajner

đèn hiệu giao thông
semafór

nhà chòi

chata

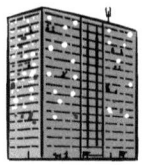

căn hộ

byt

nhà ga

vlaková stanica

tòa thị chính

radnica

viện bảo tàng

múzeum

trường học

škola

đại học

univerzita

ngân hàng

banka

bệnh viện

nemocnica

khách sạn

hotel

hiệu thuốc

lekáreň

văn phòng

kancelária

hiệu sách

kníhkupectvo

cửa hiệu

obchod

cửa hiệu bán hoa

kvetinárstvo

siêu thị

supermarket

chợ

trh

cửa hàng bách hóa

obchodný dom

người bán cá

obchodník s rybami

trung tâm mua bán

nákupné stredisko

bến cảng

prístav

công viên

park

ghế băng

lavička

cầu

most

cầu thang

schody

tàu điện ngầm

metro

đường hầm

tunel

trạm xe buýt

autobusová zastávka

quán bar

bar

khách sạn

reštaurácia

hòm thư công cộng

poštová schránka

bảng hiệu đường

tabuľa s názvom ulice

đồng hồ đậu xe

parkovacie hodiny

vườn bách thú

ZOO

bể bơi

plaváreň

nhà thờ Hồi giáo

mešita

nông trại
farma

ô nhiễm môi trường
znečisťovanie životného
prostredia

nghĩa trang
cintorín

nhà thờ
kostol

sân chơi
ihrisko

ngôi đền
chrám

phong cảnh
terén

lá cây
list

bảng chỉ đường
smerová tabuľa

lối đi
cesta

bãi cỏ
lúka

hòn đá
kameň

người đi bộ đường dài
turista

cây
strom

sông
rieka

cỏ
tráva

bông hoa
kvet

thung lũng

dolina

đồi

kopec

hồ nước

jazero

rừng

les

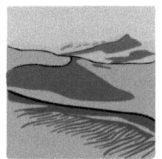

sa mạc

púšť

núi lửa

vulkán

lâu đài

zámok

cầu vồng

dúha

nấm

hríb

cây cọ

palma

con muỗi

komár

con ruồi

mucha

con kiến

mravec

con ong

včela

con nhện

pavúk

bọ cánh cứng

chrobák

con ếch

žaba

con sóc

veverička

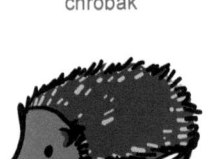

con nhím

jež

con thỏ

zajac

con cú

sova

con chim

vták

thiên nga

labuť

heo rừng

diviak

con hươu

jeleň

nai sừng tấm

los

đê

hrádza

tuabin gió

veterná turbína

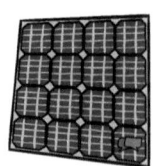

tấm năng lượng mặt trời

solárny panel

khí hậu

podnebie

phong cảnh - terén

khách sạn
reštaurácia

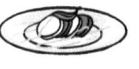

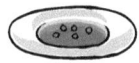

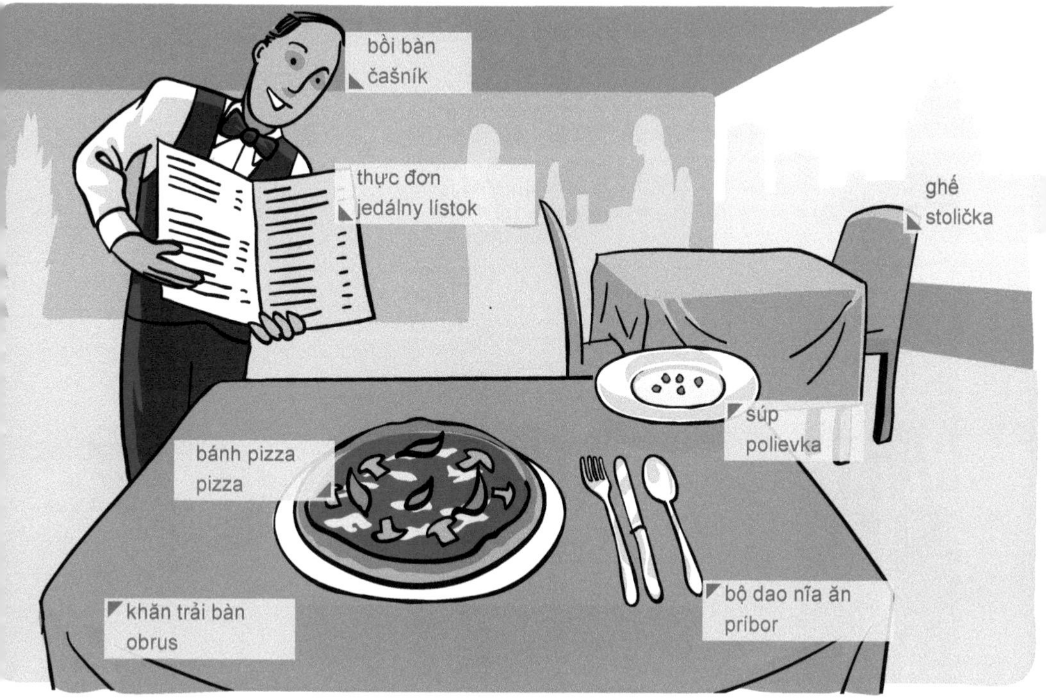

bồi bàn
čašník
thực đơn
jedálny lístok
ghế
stolička
súp
polievka
bánh pizza
pizza
khăn trải bàn
obrus
bộ dao nĩa ăn
príbor

món ăn khai vị

predjedlo

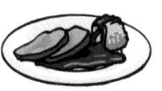

món ăn chính

hlavné jedlo

món tráng miệng

zákusok

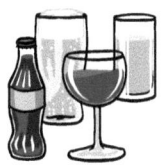

thức uống

nápoje

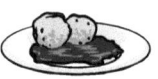

thức ăn

jedlo

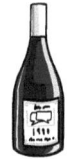

cái chai

fľaša

thức ăn nhanh

fast-food

thức ăn đường phố

street food

ấm trà

kanvica na čaj

hộp đường

cukornička

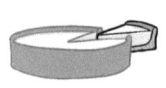

khẩu phần

porcia

máy pha espresso

stroj na espresso

ghế cao

detská stolička

hóa đơn

účet

khay

podnos

dao

nôž

nĩa

vidlička

thìa

lyžica

thìa uống trà

čajová lyžička

khăn ăn

obrúsok

cốc thủy tinh

pohár

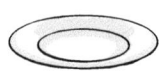

đĩa

tanier

đĩa súp

hlboký tanier

đĩa lót cốc

podšálka

nước sốt

omáčka

lọ muối

soľnička

cái xay tiêu

mlynček na korenie

giấm

ocot

dầu

olej

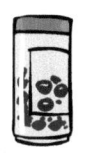

gia vị

korenie

nước xốt cà chua

kečup

tương hạt cải

horčica

nước sốt mayonnaise

majonéza

siêu thị

supermarket

chào giá đặc biệt
špeciálna ponuka
FOR
khách hàng
klient
sản phẩm từ sữa
mliečne výrobky
trái cây
ovocie
xe đẩy mua sắm
nákupný vozík

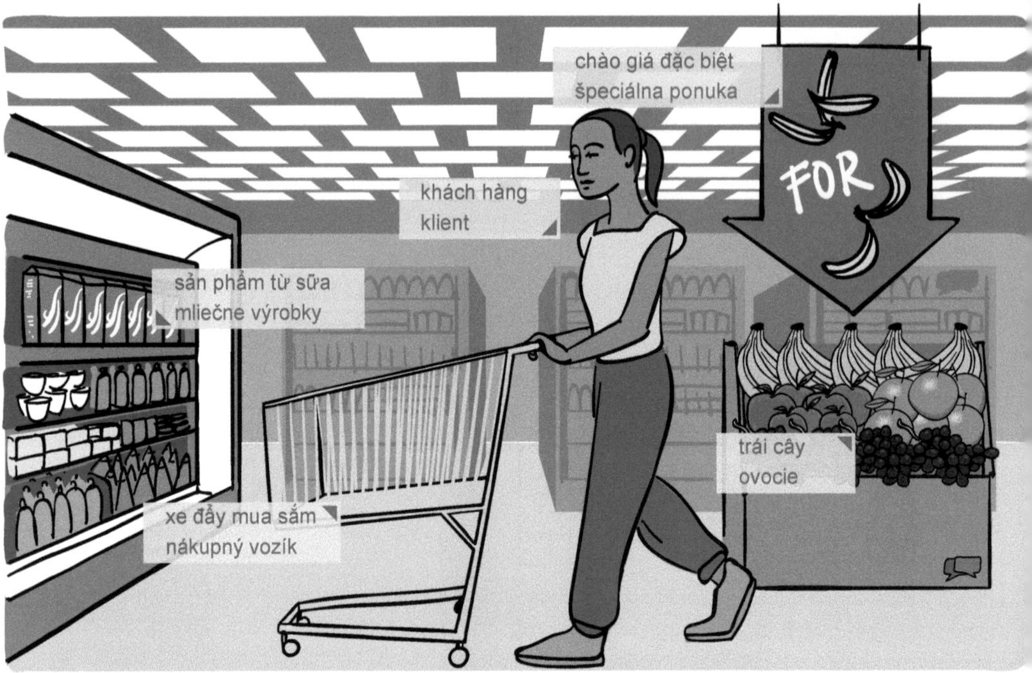

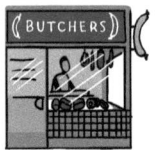

BUTCHERS

lò mổ

mäsiarstvo

BAKERY

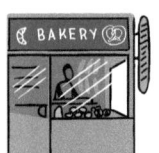

cửa hiệu bán bánh mì

pekáreň

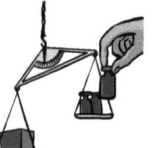

cân nặng

vážiť

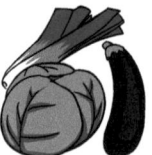

rau quả

zelenina

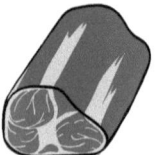

thịt

mäso

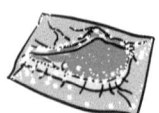

thức ăn đông lạnh

mrazené potraviny

lát thịt nguội

nárez

đồ hộp

konzervy

bột giặt

prací prostriedok

đồ ngọt

sladkosti

sản phẩm dùng trong gia đình

domáce potreby

chất tẩy rửa

čistiace prostriedky

người bán hàng

predavačka

quầy trả tiền

pokladňa

nhân viên thu ngân

pokladník

danh sách mua sắm

nákupný zoznam

giờ mở cửa

otváracie hodiny

ví tiền

peňaženka

thẻ tín dụng

kreditná karta

túi đeo

taška

túi ny lông

plastové vrecko

nước
voda

nước quả ép
džús

sữa
mlieko

coca-cola
kola

rượu vang
víno

bia
pivo

cồn
alkohol

cacao
kakao

trà
čaj

cà phê
káva

espresso
espresso

cappuccino
kapučíno

chuối

banán

quả táo

jablko

quả cam

pomaranč

dưa hấu

melón

chanh

citrón

cà rốt

mrkva

tỏi

cesnak

tre

bambus

củ hành

cibuľa

nấm

hríb

hạt dẻ

orechy

mì

rezance

mì spaghetti

špagety

cơm

ryža

xà lách

šalát

khoai tây chiên

hranolky

khoai tây chiên

pečené zemiaky

bánh pizza

pizza

bánh hamburger

hamburger

bánh mì sandwich

obložený chlebík

thịt côtlet

rezeň

thịt giăm bông

šunka

xúc xích

saláma

dồi

klobása

gà

kurča

rán

pečené mäso

cá

ryba

cháo yến mạch

ovsené vločky

cháo muesli

müsli

bánh bột ngô nướng

kukuričné lupienky

bột mì

múka

bánh sừng bò

croissant

bánh mì

pečivo

bánh mì

chlieb

bánh mì nướng

hrianka

bánh bích quy

sušienky

bơ

maslo

sữa đông

tvaroh

bánh ngọt

koláč

trứng

vajce

trứng rán

volské oko

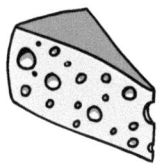

pho mát

syr

kem
zmrzlina

đường
cukor

mật ong
med

mứt
lekvár

kem nougat
nugátová nátierka

cà ri
karí korenie

nông trại
farma

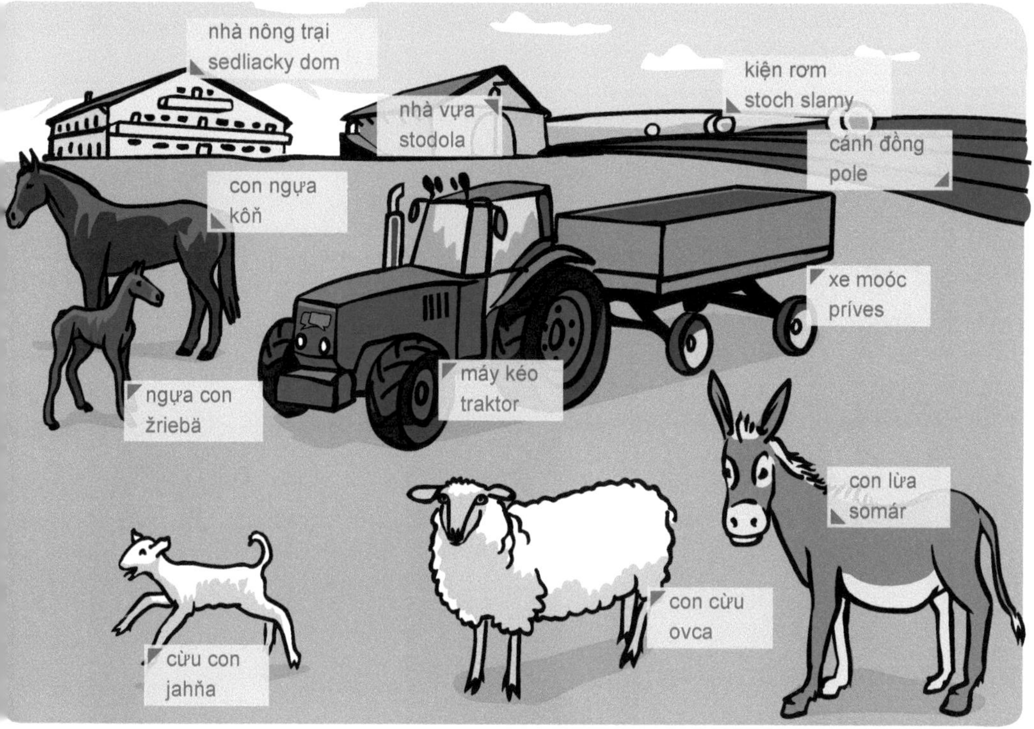

nhà nông trại
sedliacky dom
nhà vựa
stodola
kiện rơm
stoch slamy
cánh đồng
pole
con ngựa
kôň
xe moóc
príves
máy kéo
traktor
ngựa con
žriebä
con lừa
somár
con cừu
ovca
cừu con
jahňa

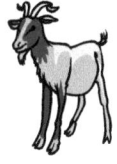

con dê
koza

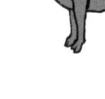

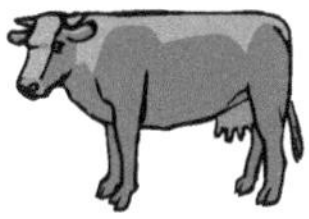

con bò
krava

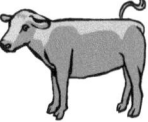

con bê
teľa

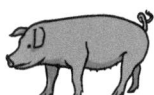

con lợn
prasa

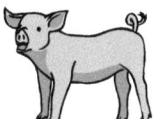

lợn con
prasiatko

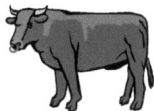

bò đực
býk

con ngỗng

hus

con vịt

kačica

gà con

kuriatko

gà mái

sliepka

gà trống

kohút

con chuột

potkan

mèo

mačka

chuột nhắt

myš

bò đực

vôl

con chó

pes

nhà chuồng chó

psia búda

ống tưới vườn cây

záhradná hadica

thùng tưới cây

krhla

lưỡi hái

kosa

cái cày

pluh

cái liềm

kosák

cái cuốc

motyka

cái chĩa

vidly na hnoj

cái rìu

sekera

xe cút kít

fúrik

máng ăn

koryto

lọ sữa

kanva na mlieko

bao tải

vrece

hàng rào

plot

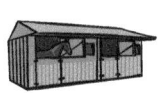

chuồng

maštaľ

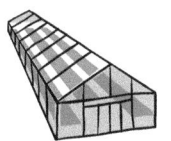

nhà kính trồng cây

skleník

đất trồng

pôda

hạt giống

osivo

phân bón

hnojivo

máy gặt đập liên hợp

kombajn

thu hoạch

žať

mùa thu hoạch

žatva

khoai lang

batát

lúa mì

pšenica

đậu nành

sója

khoai tây

zemiak

ngô

kukurica

hạt cải dầu

repka

cây ăn trái

ovocný strom

sắn

maniok

ngũ cốc

obilie

nhà
dom

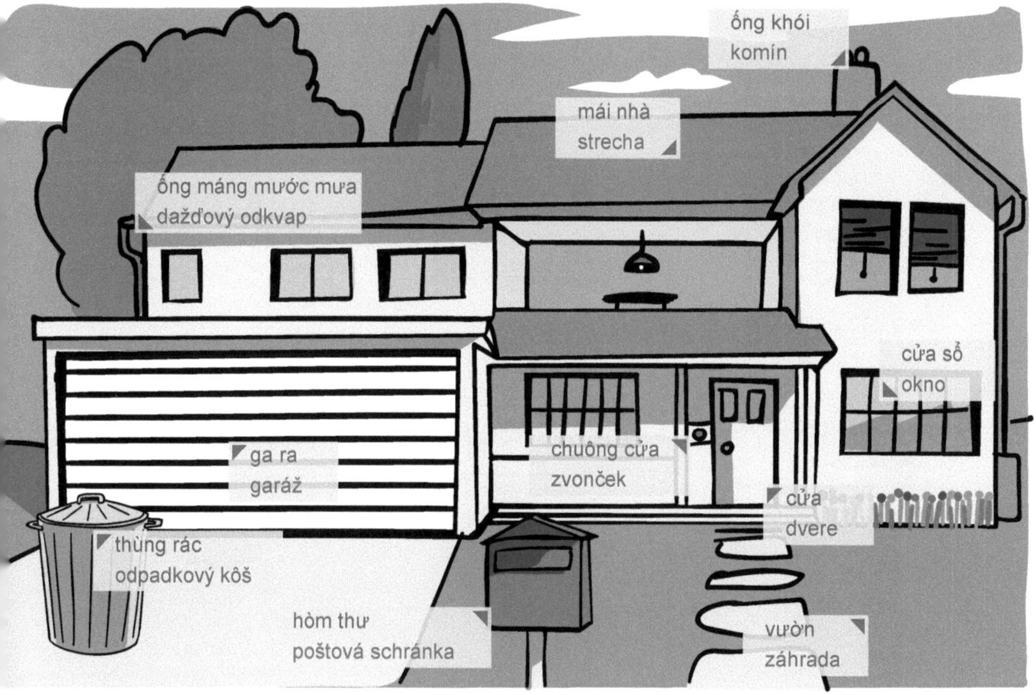

ống khói
komín
mái nhà
strecha
ống máng mước mưa
dažďový odkvap
cửa sổ
okno
ga ra
garáž
chuông cửa
zvonček
cửa
dvere
thùng rác
odpadkový kôš
hòm thư
poštová schránka
vườn
záhrada

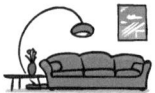

phòng khách

obývačka

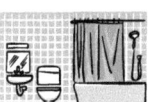

phòng tắm

kúpeľňa

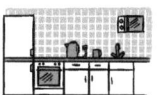

bếp

kuchyňa

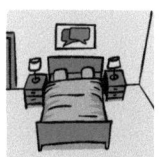

phòng ngủ

spálňa

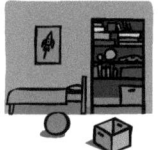

phòng trẻ em

detská izba

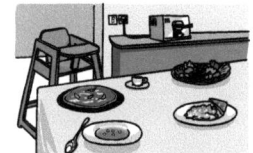

phòng ăn

jedáleň

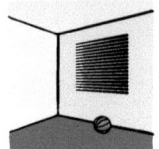

nền nhà

podlaha

tường

stena

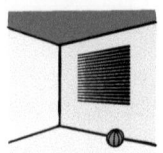

trần nhà

strop

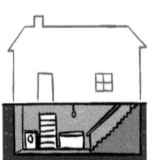

tầng hầm

pivnica

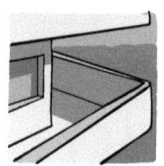

tắm hơi

sauna

ban công

balkón

sân hiên

terasa

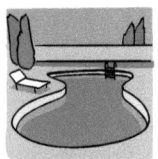

bể bơi

bazén

máy cắt cỏ

kosačka

khăn trải giường

obliečka

khăn trải giường

posteľná prikrývka

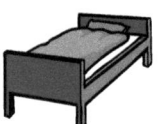

giường

posteľ

chổi

metla

cái xô

vedro

công tắc điện

vypínač

phòng khách
obývačka

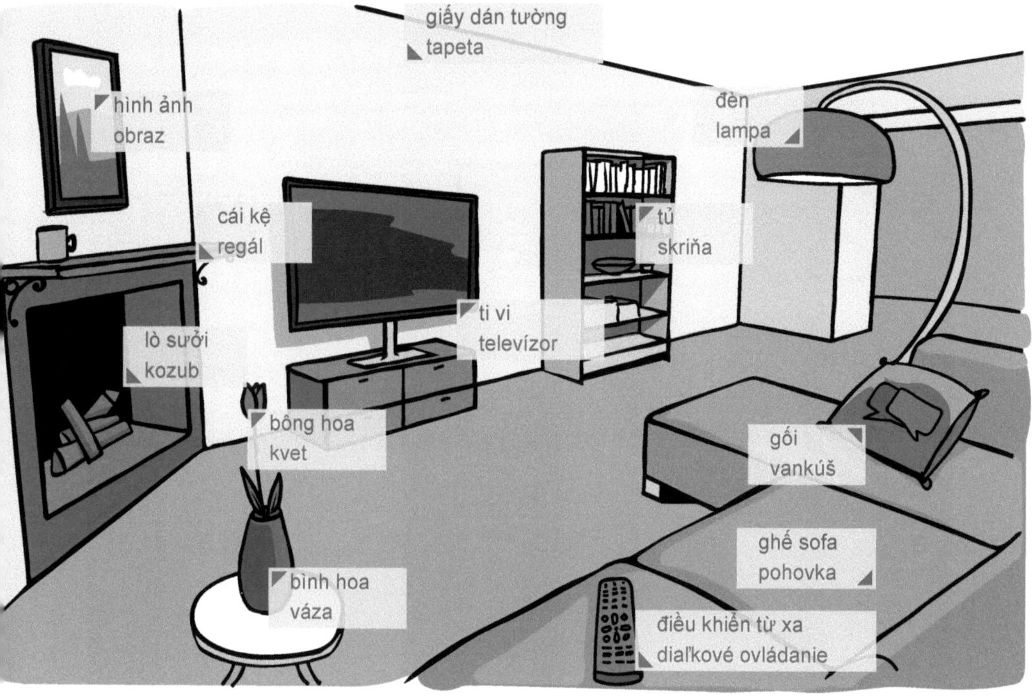

giấy dán tường
tapeta
hình ảnh
obraz
đèn
lampa
cái kệ
regál
tủ
skriňa
ti vi
televízor
lò sưởi
kozub
bông hoa
kvet
gối
vankúš
ghế sofa
pohovka
bình hoa
váza
điều khiển từ xa
diaľkové ovládanie

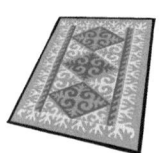

thảm
koberec

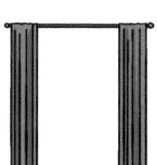

rèm
záclona

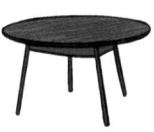

cái bàn
stôl

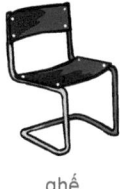

ghế
stolička

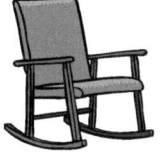

ghế bập bênh
hojdacie kreslo

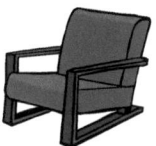

ghế bành
kreslo

sách

kniha

cái chăn

prikrývka

đồ trang trí

dekorácia

củi

drevo na kúrenie

phim

film

máy hi-fi

hi-fi veža

chìa khóa

kľúč

báo

noviny

bức tranh

maľba

áp phích

plagát

radio

rádio

sổ ghi chép

zápisník

máy hút bụi

vysávač

cây xương rồng

kaktus

cây nến

sviečka

bếp
kuchyňa

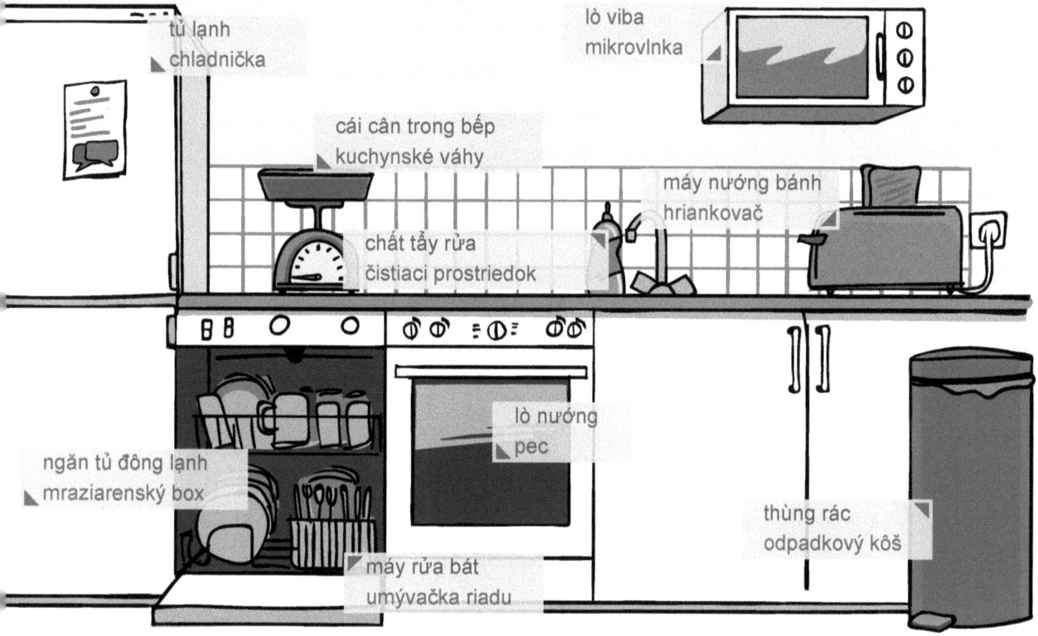

tủ lạnh
chladnička
lò viba
mikrovlnka
cái cân trong bếp
kuchynské váhy
máy nướng bánh
hriankovač
chất tẩy rửa
čistiaci prostriedok
lò nướng
pec
ngăn tủ đông lạnh
mraziarenský box
thùng rác
odpadkový kôš
máy rửa bát
umývačka riadu

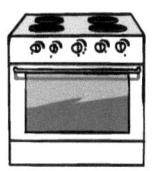

lò nấu

sporák

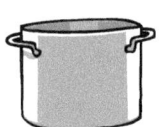

nồi

hrniec

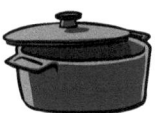

nồi sắt

železný hrniec

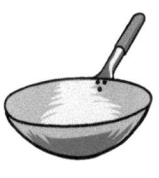

chảo

wok / kadai

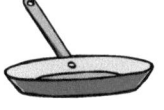

chảo

panvica

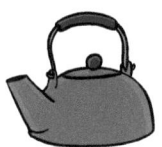

ấm đun nước

rýchlovarná kanvica

nồi đun hơi

parný hrniec

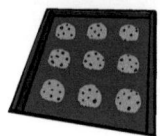

khay lò nướng

plech na pečenie

bát đĩa

riad

cốc

pohár

cái bát

misa

đũa

paličky

cái vá

naberačka na polievku

bàn xẻng

stierka

que đánh kem

metlička

rây dùng trong bếp

cedidlo

cái rây lọc

sitko

cái nạo

strúhadlo

vữa

mažiar

vỉ nướng

gril

ngọn lửa trần

ohnisko

cái thớt

doska na krájanie

trục cán bột

valček na cesto

cái mở nút chai

vývrtka

vỏ đồ hộp

konzerva

cái mở vỏ đồ hộp

otvárač na konzervy

miếng nhấc nồi

chňapka

bồn rửa bát

výlevka

bàn chải

kefa

miếng xốp

hubka

máy xay

mixér

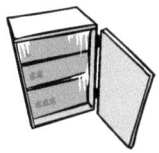

tủ đông lạnh

mraznička

bình sữa cho trẻ sơ sinh

kojenecká fľaša

vòi nước

vodovodný kohútik

phòng tắm
kúpeľňa

lò sưởi
kúrenie
vòi hoa sen
sprcha
khăn lau
uterák
rèm che ngăn tắm
sprchový záves
tắm bọt
pena do kúpeľa
bồn tắm
vaňa
cốc thủy tinh
pohár
máy giặt
práčka
vòi nước
vodovodný kohútik
gạch lát
dlaždice
cái bô
nočník
bồn rửa bát
výlevka

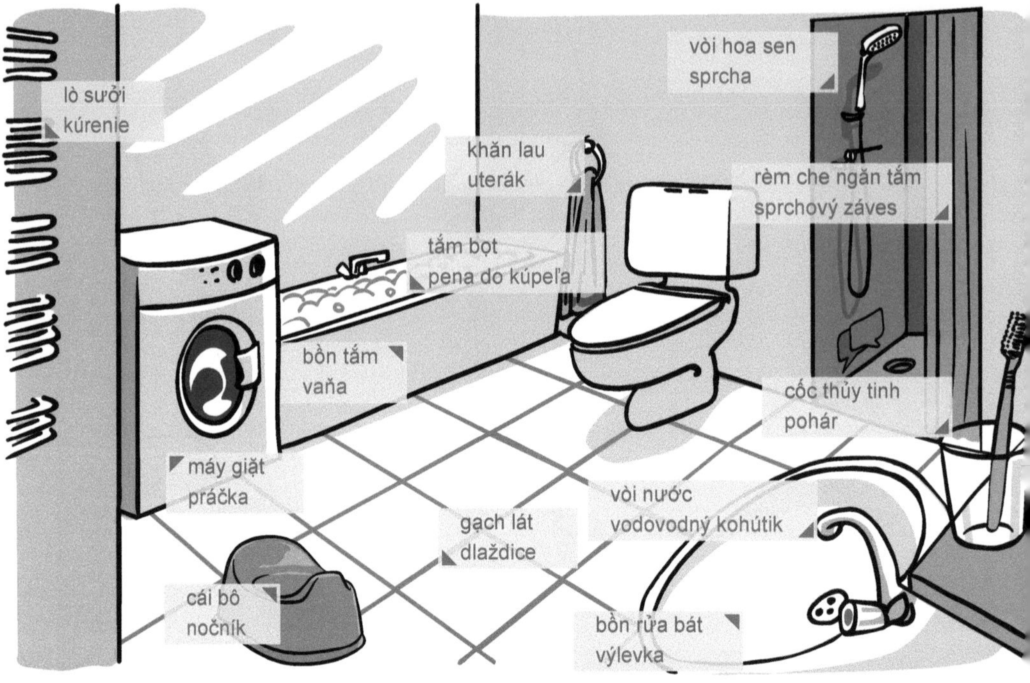

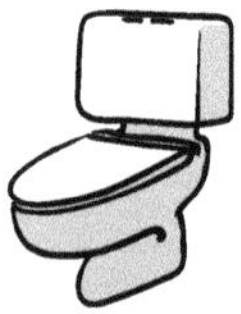

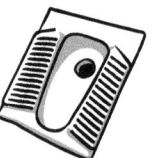

bồn cầu

záchod

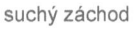

bồn cầu ngồi xổm

suchý záchod

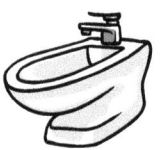

bồn rửa hậu môn

bidet

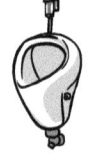

bồn tiểu tiện

pisoár

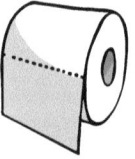

giấy vệ sinh

toaletný papier

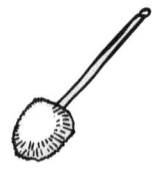

bàn chải cọ bồn cầu

záchodová kefa

bàn chải đánh răng

zubná kefka

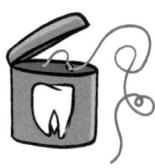

kem đánh răng

zubná pasta

chỉ nha khoa

dentálna niť

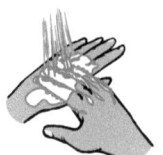

rửa

umývať

vòi sen cầm tay

ručná sprcha

vòi rửa hậu môn

sprcha pre intímnu hygienu

bồn rửa

umývadlo

bàn chải cọ lưng

kefa na chrbát

xà phòng

mydlo

sữa tắm

sprchový gél

dầu gội

šampón

khăn cọ để tắm

frotírová rukavica

lỗ thoát nước

odtok

kem

krém

chất khử mùi

dezodorant

gương

zrkadlo

gương tay

kozmetické zrkadlo

dao cạo râu

žiletka

kem cạo râu

pena na holenie

nước thơm dùng sau khi cạo râu

voda po holení

cái lược

hrebeň

bàn chải

kefa

máy xấy tóc

sušič vlasov

keo xịt tóc

sprej na vlasy

đồ trang điểm

make-up

thỏi son môi

rúž

sơn bôi móng

lak na nechty

bông

vata

kéo cắt móng

nožnice na nechty

nước hoa

parfum

túi đựng đồ tắm

kozmetická taška

ghế đầu

stolček

cái cân

váha

áo choàng tắm

kúpací plášť

găng tay làm vệ sinh

gumové rukavice

nút gạc

tampón

băng vệ sinh

menštruačná vložka

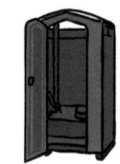

nhà vệ sinh hóa chất

chemické WC

phòng trẻ em

detská izba

đồng hồ báo thức
budík
thú bông
plyšová hračka
xe đồ chơi
hračkárske auto
cái lúc lắc
hrkálka
nhà búp bê
domček pre bábiky
món quà
dar

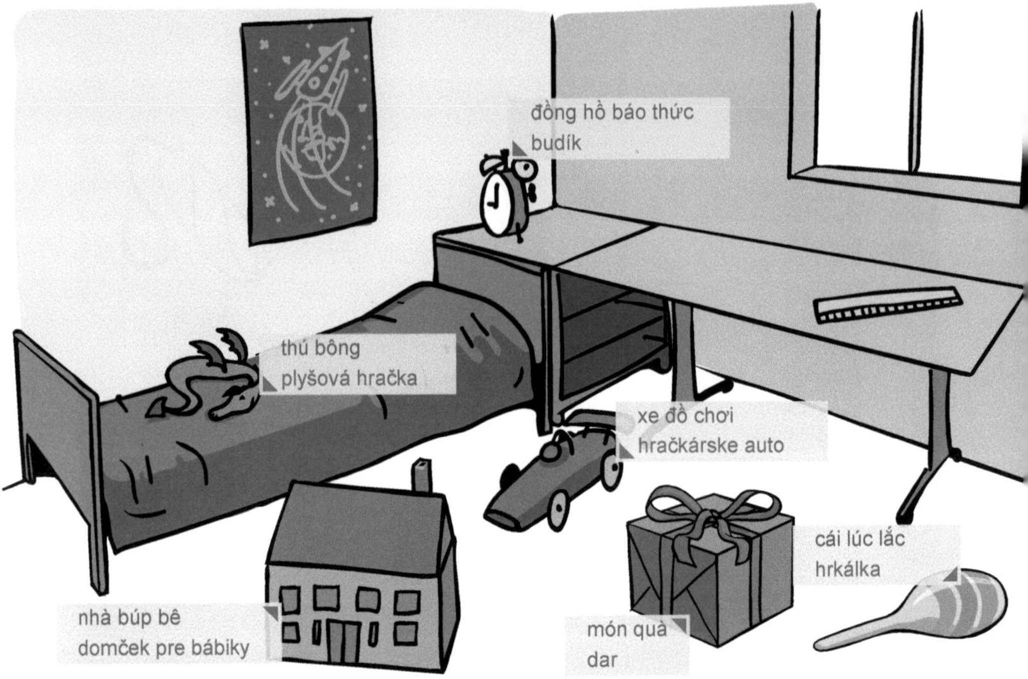

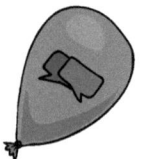

bong bóng

balón

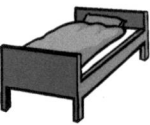

giường

posteľ

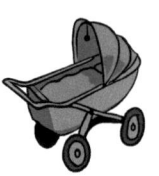

xe nôi

detský kočík

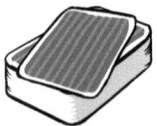

trò chơi bài

karty

trò chơi ghép hình

puzzle

SUPER
MEGA

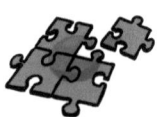

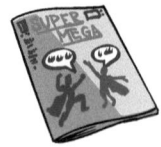

truyện tranh

komix

gạch Lego

skladačka lego

khối xếp hình

stavebnica

nhân vật hành động

akčná postavička

áo liền quần cho trẻ sơ sinh

dupačky

đĩa nhựa để ném

lietajúci tanier

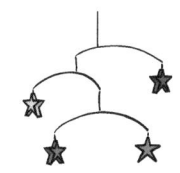

đồ chơi treo trên giường

závesné hračky

trò chơi cờ bàn

stolová hra

xúc xắc

kocka

đồ chơi xe lửa mô hình

modelový vláčik

ti giả

cumlík

buổi tiệc

párty

sách tranh

obrázková kniha

quả bóng

lopta

búp bê

bábika

chơi

hrať sa

hố cát

pieskovisko

cái đu

hojdačka

đồ chơi

hračky

máy chơi game cầm tay

hracia konzola

xe ba bánh

trojkolka

gấu bông

medvedík

tủ quần áo

šatník

y phục
šatstvo

bít tất

ponožky

bít tất dài

pančuchy

quần tất

pančuchové nohavičky

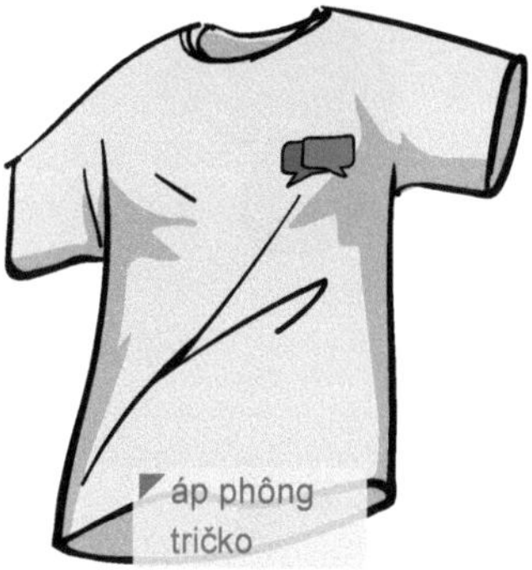

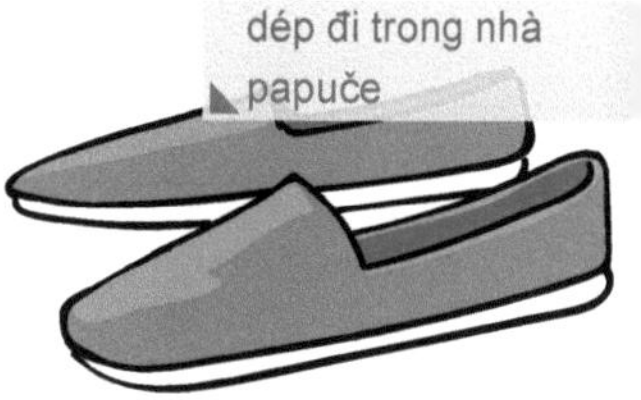

khăn choàng cổ
šál

dây thắt lưng
opasok

ô che mưa
dáždnik

áp phông
tričko

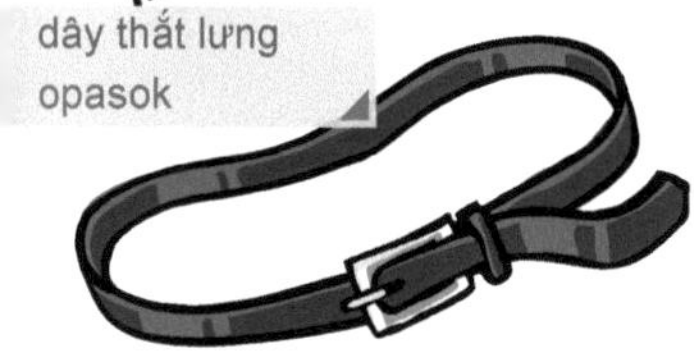

ủng
čižmy

dép đi trong nhà
papuče

giày sneaker
tenisky

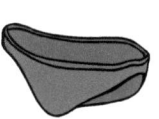

dép xăng đan
sandále

giày
topánky

ủng cao su
gumáky

quần lót
spodky

áo ngực
podprsenka

áo vest
tielko

áo ôm sát cơ thể

body

quần dài

nohavice

quần bò

džínsy

váy

sukňa

áo cánh

blúzka

áo sơ mi

košeľa

áo len chui đầu

pulóver

áo len

sveter

áo blazer

blejzer

áo jacket

bunda

áo khoác

kabát

áo mưa

pršiplášť

trang phục

kostým

áo váy

šaty

áo cưới

svadobné šaty

bộ com lê
oblek

áo ngủ
nočná košeľa

pijama
pyžamo

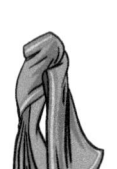

trang phục sari
sari

khăn trùm đầu
šatka na hlavu

khăn đội đầu
turban

áo burka
burka

áo captan
kaftan

áo aba
abaja

quần áo bơi
dvojdielne plavky

quần bơi
plavky

quần đùi
šortky

quần áo tracksuit
teplákova súprava

tạp dề
zástera

găng tay
rukavice

cái cúc

gombík

kính mắt

okuliare

vòng đeo tay

náramok

vòng cổ

retiazka

nhẫn

prsteň

hoa tai

náušnica

mũ lưỡi trai

čiapka

cái mắc treo áo quần

vešiak

mũ

klobúk

cà vạt

kravata

dây kéo phéc mơ tuya

zips

mũ bảo hiểm

prilba

dây đeo quần

traky

đồng phục học sinh

školská uniforma

đồng phục

uniforma

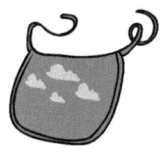

yếm trẻ em

podbradník

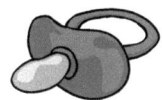

ti giả

cumlík

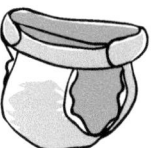

tã lót

plienka

văn phòng
kancelária

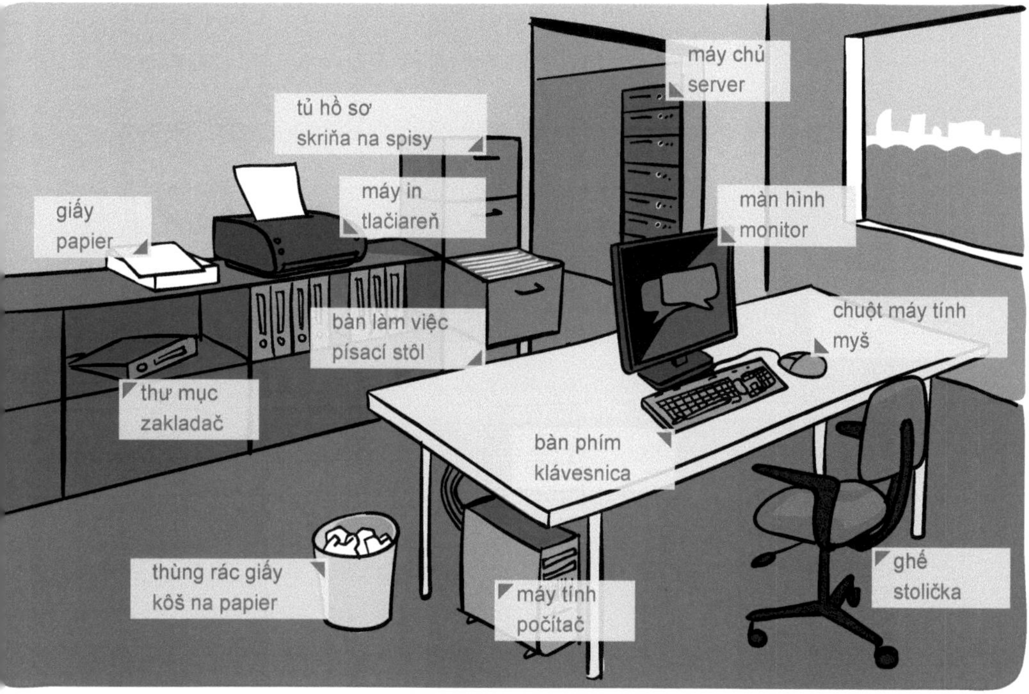
máy chủ
server
tủ hồ sơ
skriňa na spisy
máy in
tlačiareň
giấy
papier
màn hình
monitor
chuột máy tính
myš
bàn làm việc
písací stôl
thư mục
zakladač
bàn phím
klávesnica
thùng rác giấy
kôš na papier
máy tính
počítač
ghế
stolička

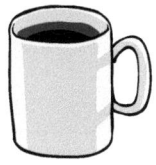

cốc cà phê

hrnček na kávu

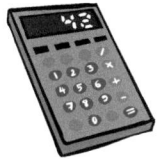

máy tính bỏ túi

kalkulačka

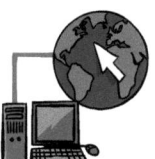

internet

internet

laptop
laptop

thư
list

tin nhắn
správa

điện thoại di động
mobil

mạng
sieť

máy photocopy
kopírka

phần mềm
softvér

điện thoại
telefón

ổ cắm điện
elektrická zásuvka

máy fax
fax

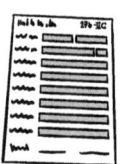

mẫu đơn
formulár

chứng từ
doklad

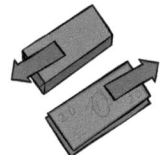

mua
kúpiť

trả tiền
platiť

buôn bán
obchodovať

tiền
peniaze

đô la
dolár

Euro
euro

yên
jen

rúp
rubeľ

franc Thụy Sĩ
švajčiarsky frank

nhân dân tệ
čínsky jüan

rupi
rupia

máy rút tiền tự động
bankomat

quầy đổi tiền

zmenáreň

vàng

zlato

bạc

striebro

dầu

ropa

năng lượng

energia

giá tiền

cena

hợp đồng

zmluva

thuế

daň

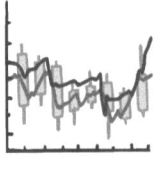

cổ phiếu

akcia

làm việc

pracovať

nhân viên

zamestnanec

chủ lao động

zamestnávateľ

nhà máy

továreň

cửa hiệu

obchod

nghề nghiệp
povolania

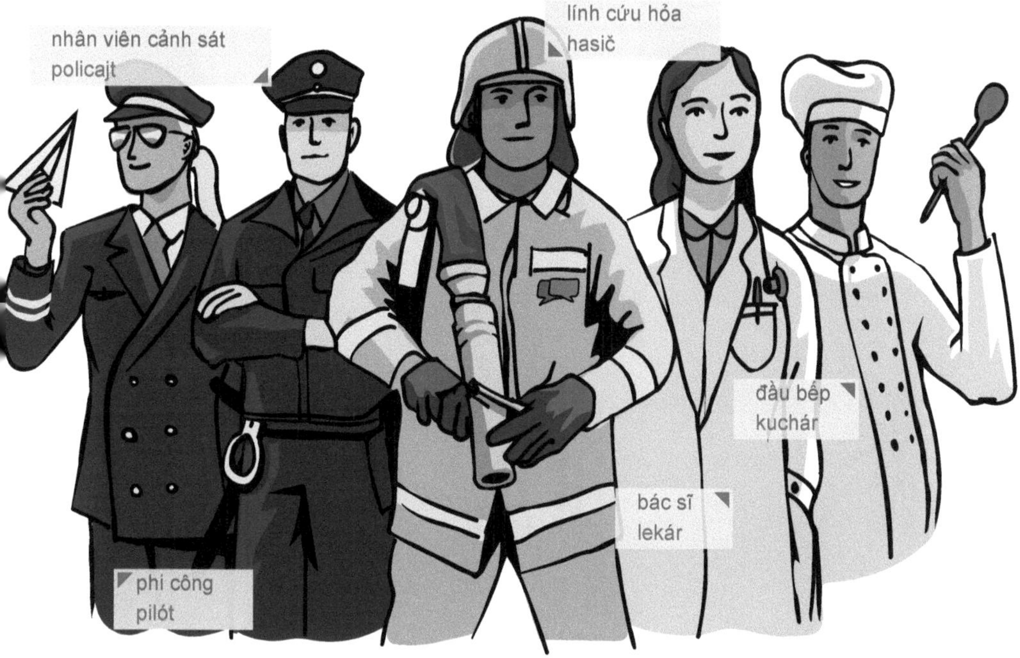

nhân viên cảnh sát
policajt
lính cứu hỏa
hasič
đầu bếp
kuchár
bác sĩ
lekár
phi công
pilót

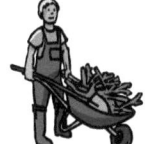

người làm vườn
záhradník

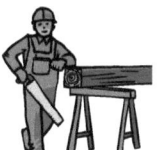

thợ mộc
stolár

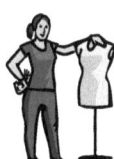

thợ may
krajčírka

chánh án
sudca

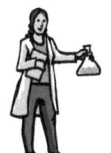

nhà hóa học
chemik

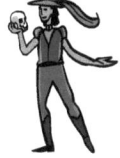

diễn viên
herec

tài xế xe buýt

vodič autobusu

người lái taxi

taxikár

ngư dân

rybár

người lau dọn vệ sinh

upratovačka

thợ lợp mái nhà

pokrývač

bồi bàn

čašník

thợ săn

poľovník

họa sĩ

maliar

thợ làm bánh

pekár

thợ điện

elektrikár

thợ xây dựng

stavebný robotník

kỹ sư

inžinier

người hàng thịt

mäsiar

thợ sửa ống nước

klampiar

người đưa thư

poštár

người lính
vojak

kiến trúc sư
architekt

nhân viên thu ngân
pokladník

người bán hoa
kvetinár

thợ cắt tóc
kaderník

nhân viên soát vé
sprievodca

thợ cơ khí
mechanik

thuyền trưởng
kapitán

nha sĩ
zubár

nhà khoa học
vedec

giáo sĩ Do thái
rabín

lãnh tụ Hồi giáo
imám

nhà sư
mních

mục sư
farár

dụng cụ
náradie

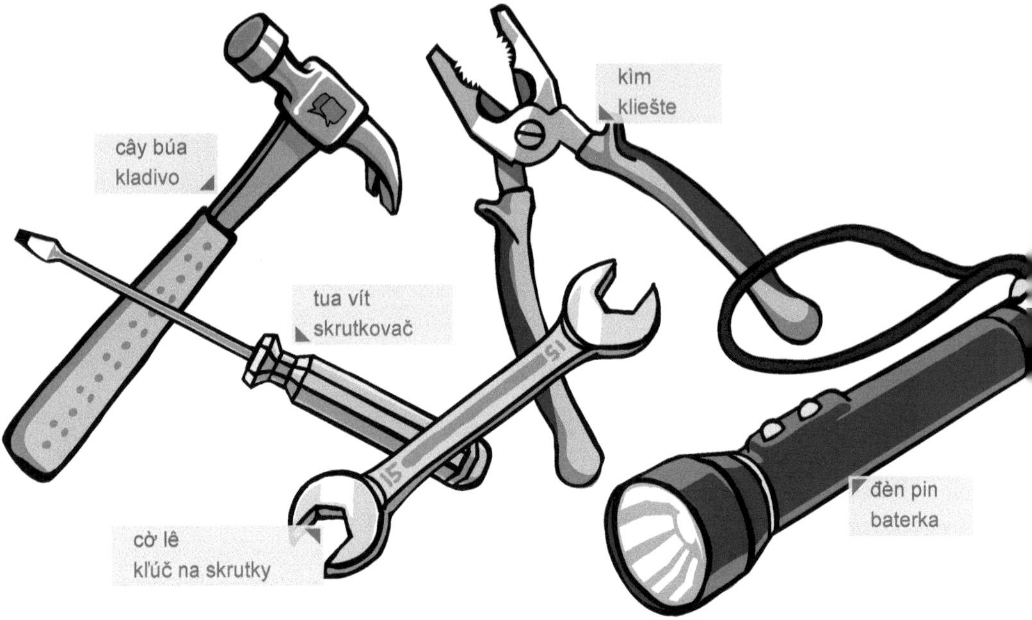

kìm
kliešte
cây búa
kladivo
tua vít
skrutkovač
đèn pin
baterka
cờ lê
kľúč na skrutky

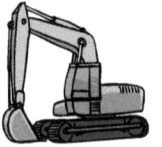

máy xúc đất

bager

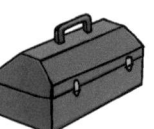

hộp dụng cụ

súprava náradia

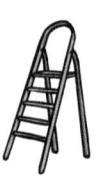

cái thang

rebrík

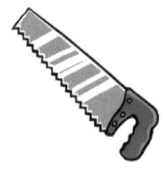

cưa

pílka

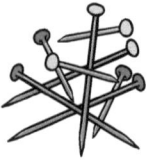

đinh

klince

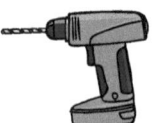

máy khoan

vrták

sửa chữa

opraviť

cái xẻng

lopata

khốn nạn!

Do čerta!

cái hót rác

lopatka na smeti

thùng sơn

nádoba s farbou

vít

skrutky

nhạc cụ
hudobné nástroje

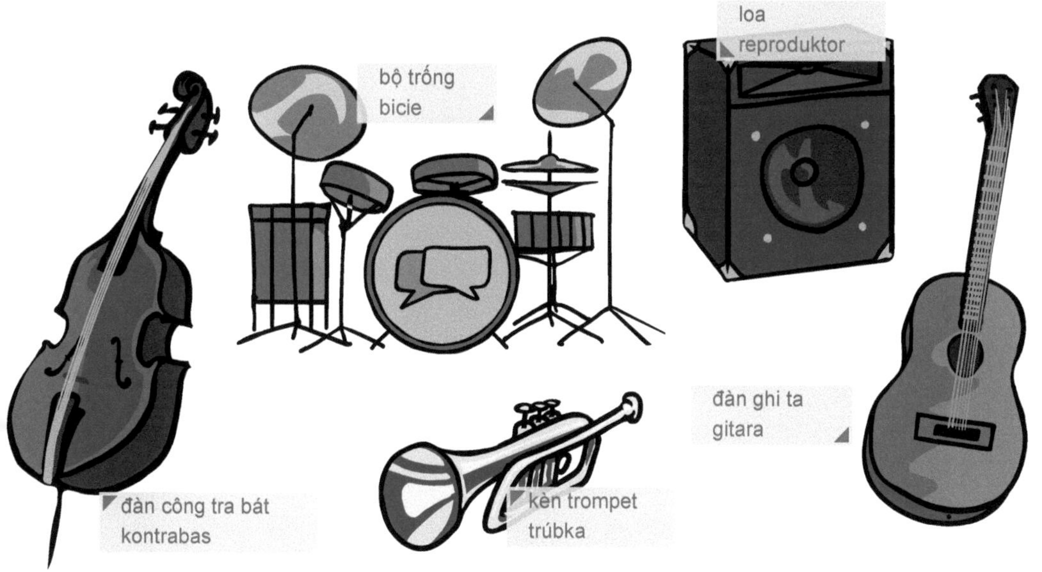

loa
reproduktor

bộ trống
bicie

đàn ghi ta
gitara

đàn công tra bát
kontrabas

kèn trompet
trúbka

đàn piano

klavír

đàn vĩ cầm

husle

ghi ta bass

basa

trống định âm

tympany

trống

bubon

đàn organ

klávesnica

kèn Saxophone

saxofón

sáo

flauta

micro

mikrofón

nhạc cụ - hudobné nástroje

vườn bách thú
ZOO

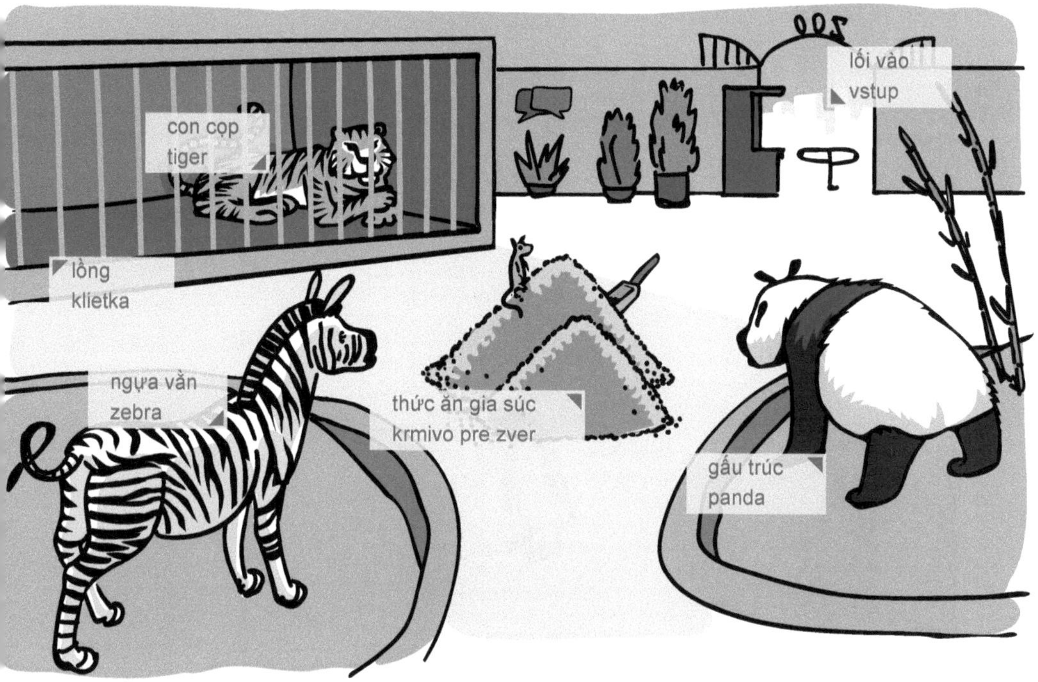

con cọp
tiger
lối vào
vstup
lồng
klietka
ngựa vằn
zebra
thức ăn gia súc
krmivo pre zver
gấu trúc
panda

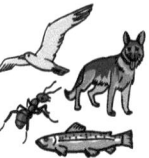

động vật
zvieratá

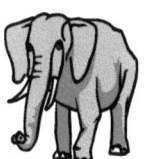

con voi
slon

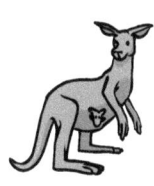

chuột túi
klokan

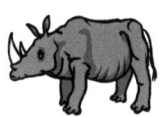

tê giác
nosorožec

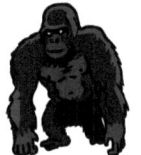

khỉ đột
gorila

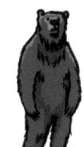

con gấu
medveď

lạc đà

ťava

đà điểu

pštros

sư tử

lev

con khỉ

opica

hồng hạc

plameniak

con vẹt

papagáj

gấu bắc cực

ľadový medveď

chim cánh cụt

tučniak

cá mập

žralok

con công

páv

con rắn

had

cá sấu

krokodíl

người trông giữ vườn bách thú

ošetrovateľ v ZOO

hải cẩu

tuleň

báo đốm

jaguár

ngựa lùn

poník

con báo

leopard

hà mã

hroch

hươu cao cổ

žirafa

đại bàng

orol

heo rừng

diviak

cá

ryba

con rùa

korytnačka

hải mã

mrož

con cáo

líška

linh dương

gazela

bóng bầu dục Mỹ
americký futbal

đua xe đạp
cyklistika

quần vợt
tenis

bóng rổ
basketbal

bơi
plávanie

khúc côn cầu trên băng
hokej

đấm bốc
box

bóng đá
futbal

cầu lông
bedminton

điền kinh
ľahká atletika

bóng ném
hádzaná

trượt tuyết
lyžovanie

polo
pólo

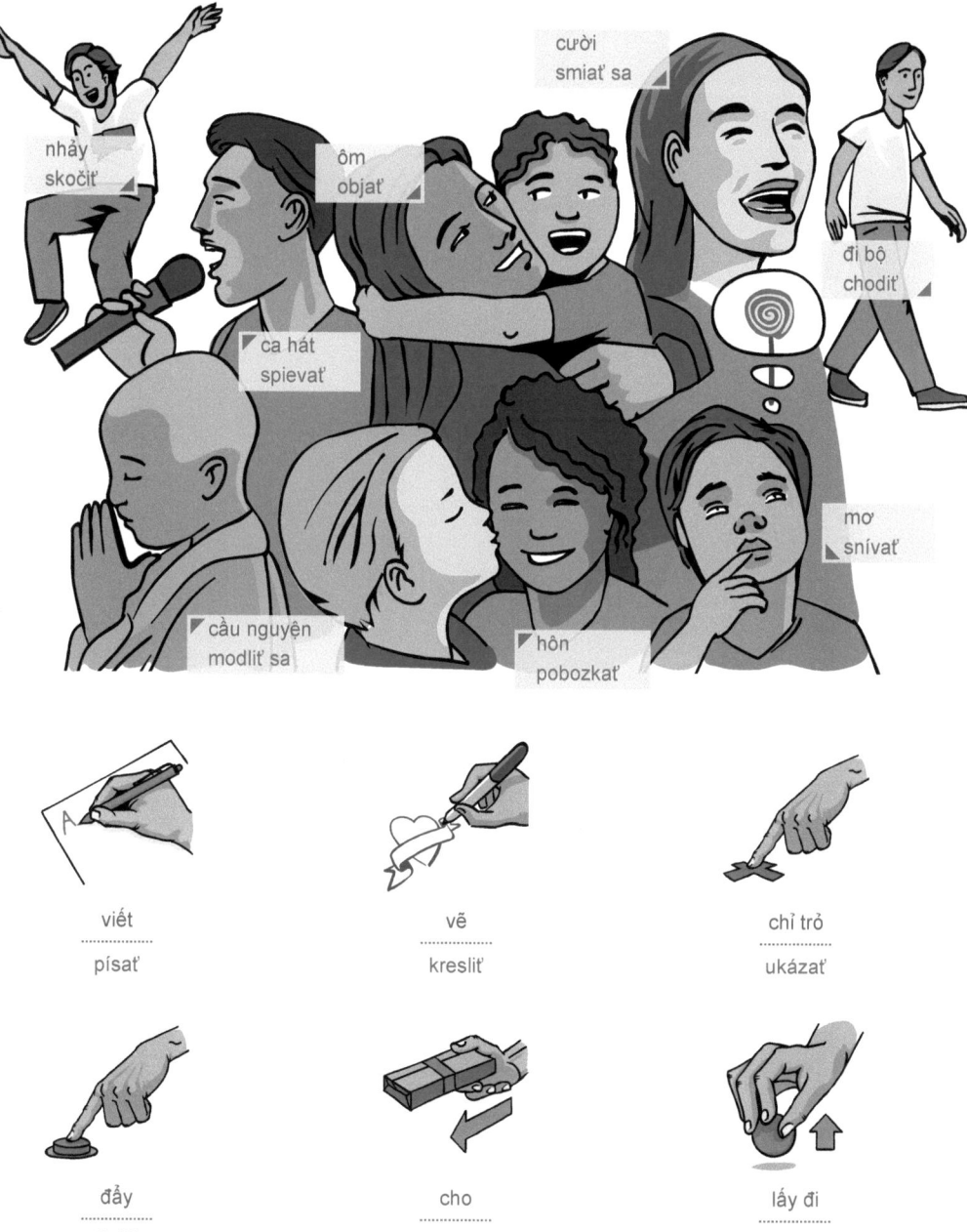

nhảy
skočiť

cười
smiať sa

ôm
objať

ca hát
spievať

đi bộ
chodiť

mơ
snívať

cầu nguyện
modliť sa

hôn
pobozkať

viết
písať

vẽ
kresliť

chỉ trỏ
ukázať

đẩy
tlačiť

cho
dať

lấy đi
brať

có
....
mať

làm
....
robiť

thì / là
....
byť

đứng
....
stáť

chạy
....
bežať

kéo
....
ťahať

ném
....
hádzať

rơi
....
padnúť

nằm
....
ležať

chờ đợi
....
čakať

mang vác
....
nosiť

ngồi
....
sedieť

mặc quần áo
....
obliecť sa

ngủ
....
spať

thức dậy
....
zobudiť sa

xem

pozerať

khóc

plakať

vuốt ve

hladkať

chải

česať

nói chuyện

hovoriť

hiểu

rozumieť

câu hỏi

pýtať sa

nghe

počuť

uống

piť

ăn

jesť

dọn dẹp

upratať

yêu

milovať

nấu nướng

variť

lái xe

jazdiť

bay

letieť

đi thuyền buồm

plachtiť

tính toán

počítať

đọc

čítať

học

učiť sa

làm việc

pracovať

cưới

oženiť

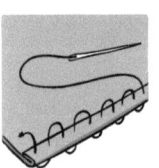

khâu vá

šiť

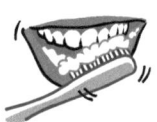

đánh răng

čistiť zuby

giết

zabiť

hút thuốc

fajčiť

gửi đi

poslať

gia đình
rodina

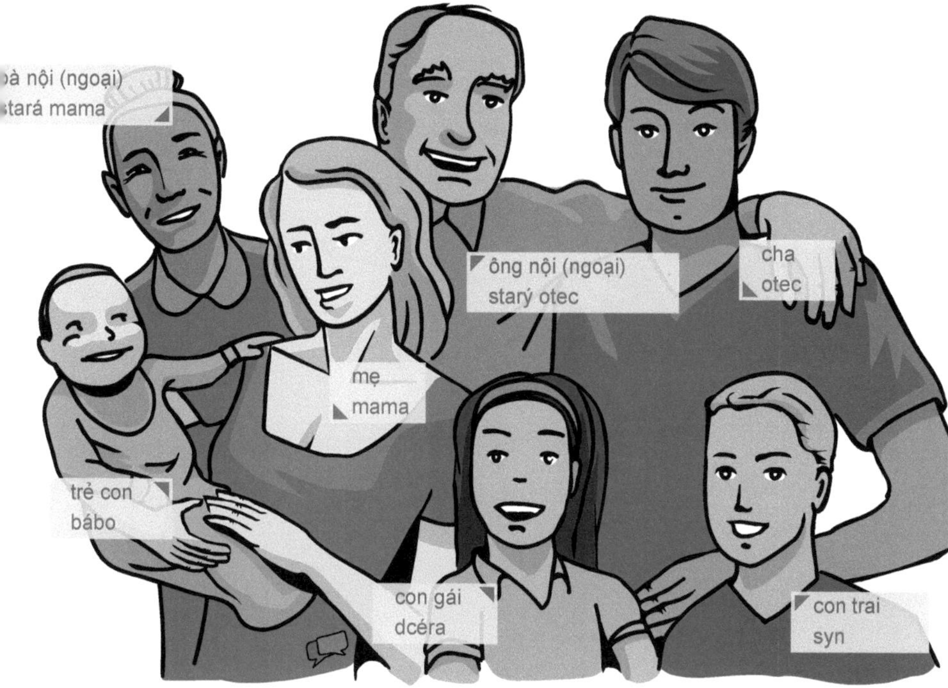

bà nội (ngoại)
stará mama
ông nội (ngoại)
starý otec
cha
otec
mẹ
mama
trẻ con
bábo
con gái
dcéra
con trai
syn

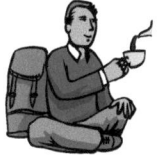

khách
hosť

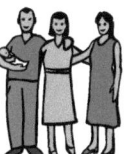

cô (dì)
teta

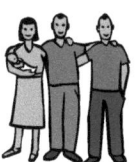

chú, bác (cậu)
strýko

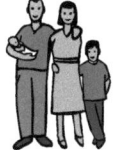

anh (em) trai
brat

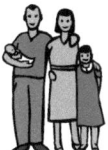

chị (em) gái
sestra

cơ thể
telo

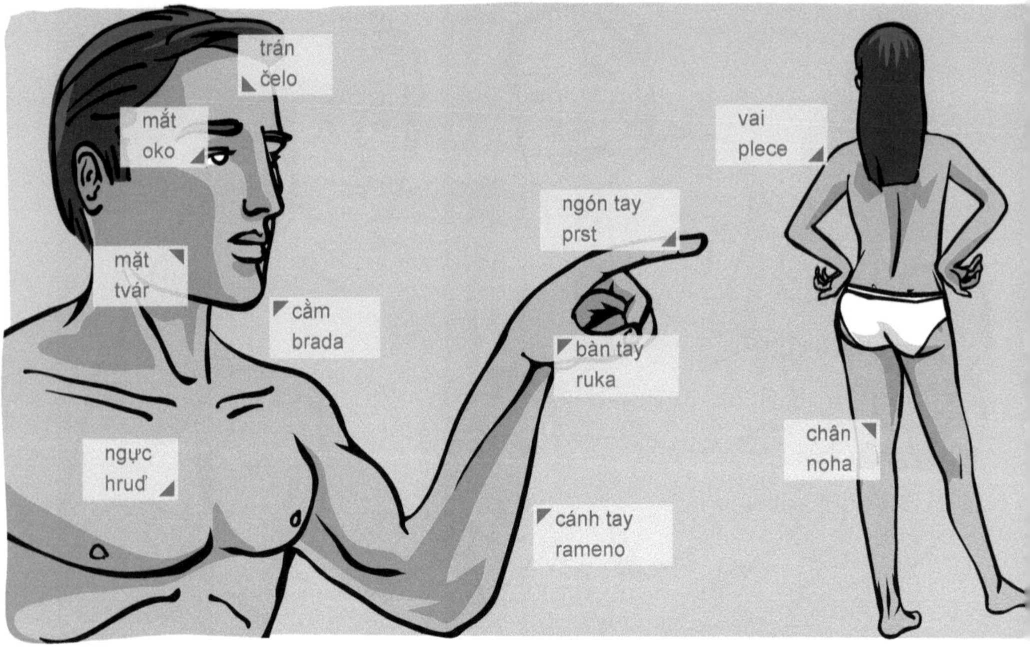

trán
čelo

mắt
oko

vai
plece

ngón tay
prst

mặt
tvář

cằm
brada

bàn tay
ruka

ngực
hruď

chân
noha

cánh tay
rameno

trẻ con

bábo

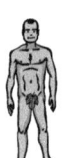

đàn ông

muž

phụ nữ

žena

bé gái

dievča

bé trai

chlapec

đầu

hlava

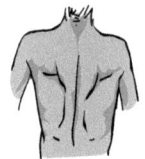

lưng

chrbát

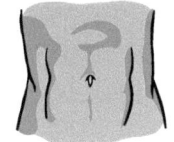

bụng

brucho

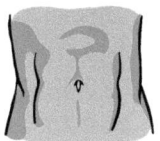

rốn

pupok

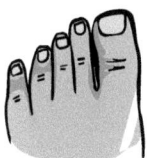

ngón chân

prst na nohe

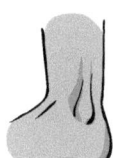

gót chân

päta

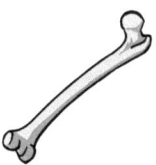

xương

kosť

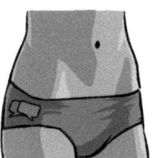

hông

bok

đầu gối

koleno

khuỷu tay

lakeť

mũi

nos

mông

zadok

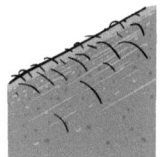

da

koža

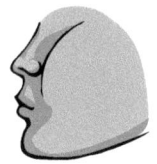

má

líce

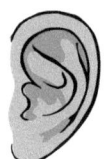

tai

ucho

môi

pery

cơ thể - telo

miệng

ústa

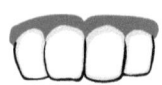

răng

zub

lưỡi

jazyk

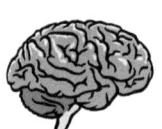

não

mozog

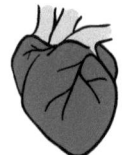

tim

srdce

cơ bắp

svaly

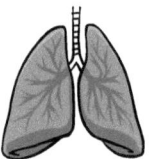

phổi

phúca

gan

pečeň

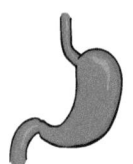

dạ dày

žalúdok

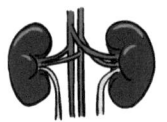

thận

obličky

giao hợp

pohlavný styk

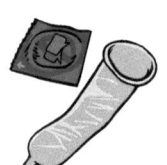

bao cao su

kondóm

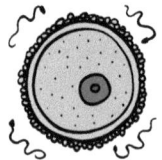

noãn

vaječná bunka

tinh dịch

semeno

mang thai

tehotenstvo

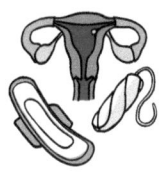

kinh nguyệt

menštruácia

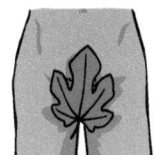

âm vật

vagína

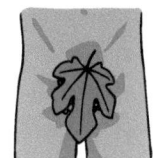

dương vật

penis

lông mày

obočie

tóc

vlasy

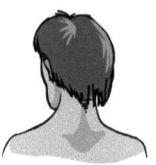

cổ

krk

bệnh viện
nemocnica

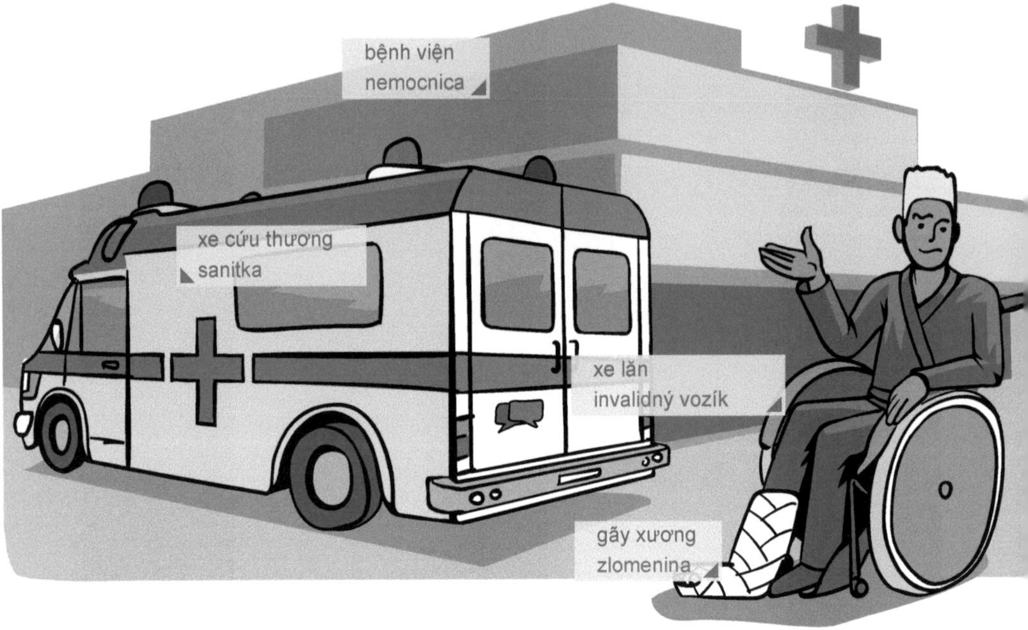

bệnh viện
nemocnica
xe cứu thương
sanitka
xe lăn
invalidný vozík
gãy xương
zlomenina

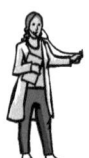

bác sĩ

lekár

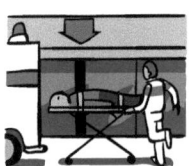

phòng cấp cứu

urgentný príjem

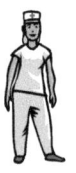

y tá

sestrička

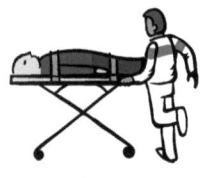

cấp cứu

urgentný prípad

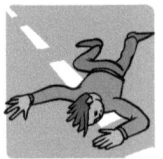

bất tỉnh

v bezvedomí

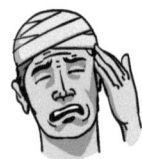

cơn đau

bolesť

bị thương

zranenie

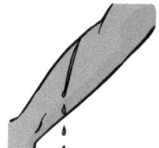

chảy máu

krvácanie

nhồi máu cơ tim

srdcový infarkt

đột quỵ

mozgová porážka

dị ứng

alergia

ho

kašeľ

sốt

teplota

cúm

chrípka

tiêu chảy

hnačka

đau đầu

bolesť hlavy

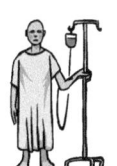

ung thư

rakovina

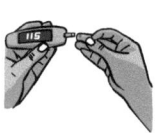

bệnh tiểu đường

cukrovka

bác sĩ phẫu thuật

chirurg

dao mổ

skalpel

giải phẫu

operácia

chụp cắt lớp

CT

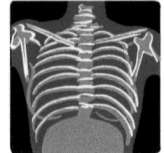

chụp x-quang

RTG

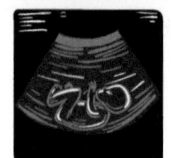

siêu âm

ultrazvuk

mặt nạ

maska

bệnh

choroba

phòng đợi

čakáreň

cái nạng

barla

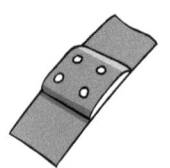

băng dán vết thương

náplasť

băng bó

obväz

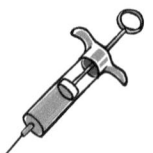

tiêm thuốc

injekcia

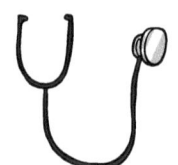

ống nghe khám bệnh

fonendoskop

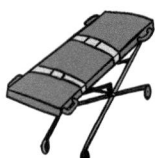

băng ca

nosidlá

nhiệt kế

teplomer

sinh đẻ

pôrod

thừa cân

nadváha

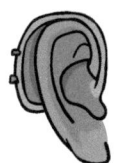

máy trợ thính

audiofón

chất khử trùng

dezinfekčný prostriedok

nhiễm trùng

infekcia

vi rút

vírus

HIV / AIDS

HIV / AIDS

thuốc

medicína

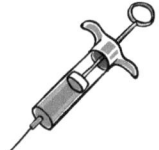

tiêm chủng

očkovanie

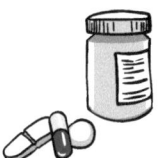

thuốc viên

tabletky

viên thuốc

antikoncepčná pilulka

gọi cấp cứu

tiesňové volanie

máy đo huyết áp

tlakomer

bệnh / khỏe mạnh

chorý / zdravý

cứu!

Pomoc!

báo động

alarm

cuộc đột kích

prepad

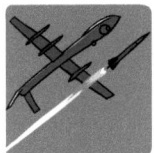

sự tấn công

útok

mối nguy hiểm

nebezpečenstvo

lối thoát hiểm

núdzový východ

cháy!

Horí!

bình chữa cháy

hasičský prístroj

tai nạn

nehoda

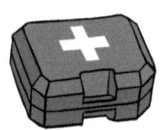

bộ dụng cụ sơ cứu

kufrík prvej pomoci

SOS

SOS

cảnh sát

polícia

châu Âu

Európa

Bắc Mỹ

Severná Amerika

Nam Mỹ

Južná Amerika

châu Phi

Afrika

châu Á

Ázia

châu Úc

Austrália

Đại Tây Dương

Atlantický oceán

Thái Bình Dương

Tichý oceán

Ấn Độ Dương

Indický oceán

Nam Cực Dương

Južný oceán

Bắc Băng Dương

Severný ľadový oceán

bắc cực

Severný pól

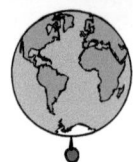

nam cực
Južný pól

nam cực
Antarktída

trái đất
Zem

đất liền
krajina

biển
more

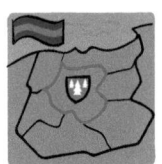

đảo
ostrov

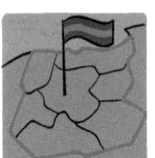

quốc gia
národ

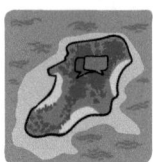

nhà nước
štát

mặt đồng hồ

ciferník

kim chỉ giờ

hodinová ručička

kim chỉ phút

minútová ručička

kim chỉ giây

sekundová ručička

Bây giờ là mấy giờ?

Koľko je hodín?

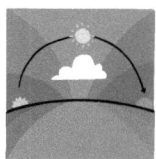

ngày

deň

thời gian

čas

bây giờ

teraz

đồng hồ điện tử

digitálne hodiny

phút

minúta

giờ

hodina

tuần lễ
týždeň

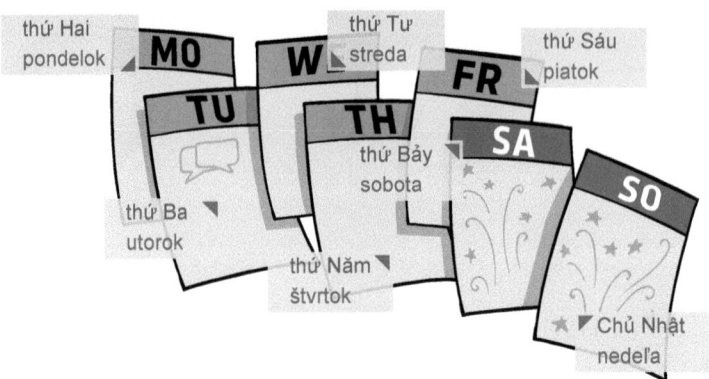

thứ Hai / pondelok — **MO**
thứ Ba / utorok — **TU**
thứ Tư / streda — **W**
thứ Năm / štvrtok — **TH**
thứ Sáu / piatok — **FR**
thứ Bảy / sobota — **SA**
Chủ Nhật / nedeľa — **SO**

hôm qua
....
včera

hôm nay
....
dnes

ngày mai
....
zajtra

buổi sáng
....
ráno

buổi trưa
....
poludnie

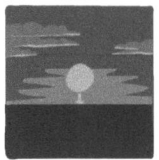

buổi tối
....
večer

MO	TU	WE	TH	FR	SA	SU
1	2	3	4	5	6	7
8	9	10	11	12	13	14
15	16	17	18	19	20	21
22	23	24	25	26	27	28
29	30	31	1	2	3	4

ngày làm việc
....
pracovné dni

MO	TU	WE	TH	FR	SA	SU
1	2	3	4	5	6	7
8	9	10	11	12	13	14
15	16	17	18	19	20	21
22	23	24	25	26	27	28
29	30	31	1	2	3	4

cuối tuần
....
víkend

mưa
dážď

cầu vồng
dúha

gió
vietor

tuyết
sneh

mùa xuân
jar

mùa hè
leto

mùa thu
jeseň

mùa đông
zima

4.APRIL	11°	☀
5.APRIL	4°	⛅
6.APRIL	13°	⛆
7.APRIL	8°	☀
8.APRIL	10°	☀

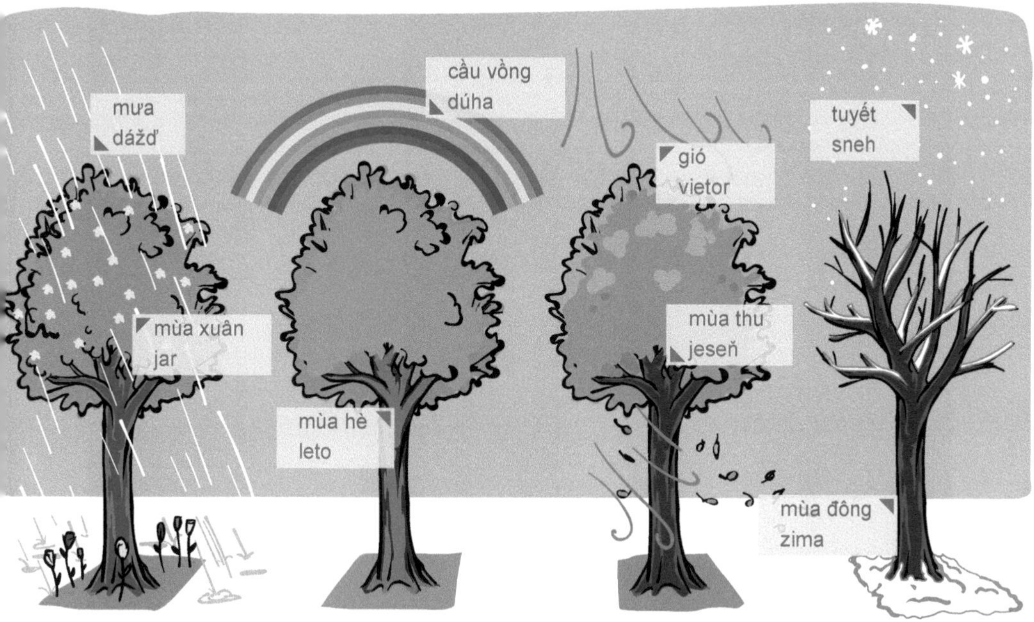

dự báo thời tiết

predpoveď počasia

nhiệt kế

teplomer

ánh nắng

slnečný svit

mây

oblak

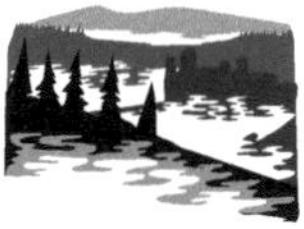

sương mù

hmla

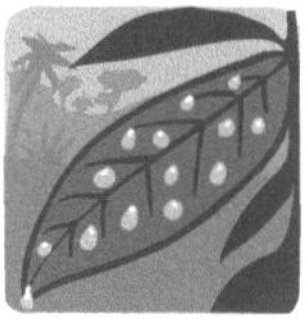

độ ẩm không khí

vlhkosť vzduchu

tia chớp

blesk

sấm sét

hrom

cơn bão

búrka

mưa đá

krúpy

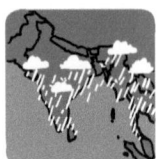

gió mùa

monzún

lũ lụt

záplava

nước đá

ľad

tháng Một

január

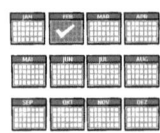

tháng Hai

február

tháng Ba

marec

tháng Tư

apríl

tháng Năm

máj

tháng Sáu

jún

tháng Bảy

júl

tháng Tám

august

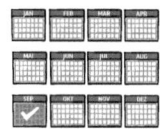

tháng Chín
....
september

tháng Mười
....
október

tháng Mười Một
....
november

tháng Mười Hai
....
december

hình dạng
tvary

hình tròn
....
kruh

hình vuông
....
štvorec

hình chữ nhật
....
obdĺžnik

hình tam giác
....
trojuholník

hình cầu
....
guľa

khối vuông
....
kocka

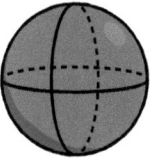

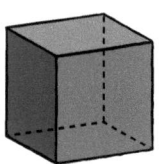

màu trắng

biela

màu vàng

žltá

màu cam

oranžová

màu hồng

ružová

màu đỏ

červená

màu tím

fialová

màu xanh dương

modrá

màu xanh lá cây

zelená

màu nâu

hnedá

màu xám

šedá

màu đen

čierna

nhiều / ít

veľa / málo

tức tối / điềm tĩnh

zúrivý / pokojný

xinh đẹp / xấu xí

pekný / škaredý

bắt đầu / kết thúc

začiatok / koniec

to / nhỏ

veľký / malý

sáng / tối

svetlý / tmavý

anh (em) trai / chị (em) gái

brat / sestra

sạch / bẩn

čistý / špinavý

đủ / thiếu

úplný / neúplný

ngày / đêm

deň / noc

chết / sống

mŕtvy / živý

rộng / chật hẹp

široký / úzky

ăn được / không ăn được

chutný / nechutný

ác / tử tế

zlostný / láskavý

hào hứng / chán nản

vzrušený / unudený

béo / gầy

tlstý / chudý

đầu tiên / cuối cùng

prvý / posledný

bạn / thù

priateľ / nepriateľ

đầy / rỗng

plný / prázdny

cứng / mềm

tvrdý / mäkký

nặng / nhẹ

ťažký / ľahký

đói / khát

hlad / smäd

bệnh / khỏe mạnh

chorý / zdravý

bất hợp pháp / hợp pháp

nelegálny / legálny

thông minh / ngu

inteligentný / hlúpy

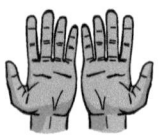

trái / phải

vľavo / vpravo

gần / xa

blízko / ďaleko

mới / cũ

nový / použitý

không có gì cả / có cái gì đó

nič / niečo

già / trẻ

starý / mladý

bật / tắc

zapnuté / vypnuté

mở / đóng

otvorené / zatvorené

im lặng / ồn ào

tichý / hlasný

giàu / nghèo

bohatý / chudobný

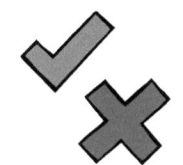

đúng / sai

správne / nesprávne

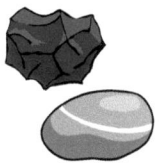

sần sùi / mịn màng

drsný / hladký

buồn / vui

smutný / šťastný

ngắn / dài

krátky / dlhý

chậm / nhanh

pomaly / rýchlo

ẩm ướt / khô ráo

mokrý / suchý

ấm áp / mát mẻ

teplý / studený

chiến tranh / hòa bình

vojna / mier

0

số không

nula

1

một

jeden

2

hai

dva

3

ba

tri

4

bốn

štyri

5

năm

päť

6

sáu

šesť

7

bảy

sedem

8

tám

osem

9

chín

deväť

10

mười

desať

11

mười một

jedenásť

12

mười hai

dvanásť

13

mười ba

trinásť

14

mười bốn

štrnásť

15

mười lăm

pätnásť

16

mười sáu

šestnásť

17

mười bảy

sedemnásť

18

mười tám

osemnásť

19

mười chín

devätnásť

20

hai mươi

dvadsať

100

một trăm

sto

1.000

một ngàn

tisíc

1.000.000

một triệu

milión

tiếng Anh

angličtina

tiếng Anh Mỹ

americká angličtina

tiếng Quan Thoại

mandarínska čínština

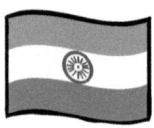

tiếng Hin-di

hindčina

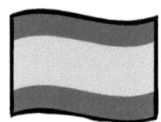

tiếng Tây Ban Nha

španielčina

tiếng Pháp

francúzština

tiếng Ả-rập

arabčina

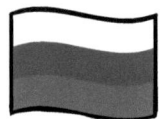

tiếng Nga

ruština

tiếng Bồ Đào Nha

portugalčina

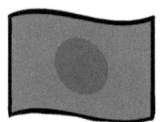

tiếng Bengal

bengálčina

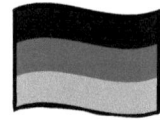

tiếng Đức

nemčina

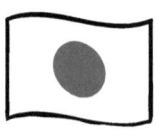

tiếng Nhật

japončina

tôi
ja

bạn
ty

anh ta / cô ta / nó
on/ona/ono

chúng tôi
my

các bạn
vy

họ
oni

ai?
kto?

cái gì?
čo?

như thế nào?
ako?

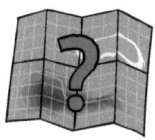

ở đâu?
kde?

lúc nào?
kedy?

tên
meno

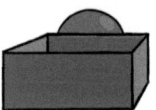

phía sau
za

ở trong
v

phía trước
pred

phía trên
nad

ở trên
na

ở dưới
pod

bên cạnh
vedľa

ở giữa
medzi

chỗ
miesto